கீதாஞ்சலி
உரைநடை மொழிபெயர்ப்பு

PROSE TRANSLATION DONE BY – Rabindranath Tagore

தமிழாக்கம்

திருமதி. வானதி ஜெயராமன்

டபிள்யு. பி. ஈட்ஸ் எழுதிய அறிமுக உரை

நோபல் பரிசு பெற்ற போது தாகூர் ஆற்றிய உரையின் சுருக்கம்

ISBN 979-8-88546-820-6

ABOUT THE AUTHOR

'Happiness depends, on what you give and not what you get'. True to this saying, Mrs. Vanathy Jayaraman has always given her best with zest to each and every person whom she has come across in her life. For her, education is not limited to the four walls of a classroom. While she stresses on the importance of academics, she also lays emphasis on the need to have a global outlook, stay updated with the current affairs and build moral values. She ensures that she doesn't leave any stone unturned as far as benefiting her students are concerned. A favourite among them, she imparts the star qualities of diligence, confidence and humility with ease, simply by being the perfect role model for them. Always accessible to those who need a dose of wisdom, she believes that right counseling and guidance at a young age can take a student far in his or her life.

With her dynamic personality, strong views and an insatiable urge to explore the unknown, Mrs. Vanathy has emerged as a person who epitomizes the modern Indian women. Being a colleague and close friend of hers for several years, gave me an opportunity to discover a person who wishes to live and ever live only for the sake of Tamil. She works hard incessantly to give to the people all what she knows and has learnt about the admirable, adorable language. Her efficiency in writing poems is undoubtedly astounding. She is always transparent about her views and comments. Her works are truly phenomenal, not forgetting to say that she still has a plethora of new ideas in the pipe-line for the language lovers.

Following her passion towards Tamil language, she has made a genuine attempt to bring out the Tamil version of the famous books 'Stray Birds' and 'Crescent Moon' by the great poet and author Dr. Rabindranath Tagore, titled 'Sutri Thirigindra Paravaigal' and 'Pirai Nila'. All of us must be familiar with this eminent personality, Professor Dr. Fakrul Alam, Pro-Vice-Chancellor of East West University. He has proved his mettle by translating Tagore's original Bengali manuscript of 'Gitanjali' into English. Now, Mrs. Vanathy Jayaraman has added another feather to her cap by translating Dr. Fakrul Alam's English version of 'Gitanjali' into Tamil. Kudos to the prolific writers. They are indeed the pride of our nation. Tagore's prose form of 'Gitanjali' in English has captivated millions of minds beyond the horizon. I would fail in my duty if I miss mentioning that Mrs. Vanathy has just completed translating the same into Tamil, thus proving her caliber once again. She is sure to make a difference through her literary works and turn her dreams into realities. I think its high time, we the readers and the ardent admirers of such great writers, support and honour their individuality world-wide. These meticulous works of hers, shows that she never stops to pass down the unfathomable depth of human creativity and stupendous appetite for knowledge to others.

Having a yearning for learning even at this age, I am sure she will break all barriers and scale to greater heights in the near future and thus carve a niche for herself in the field of Tamil Literature. With complete vivacity, vigour, vitality and valour, this voracious reader and versatile genius Vanathy is sure to establish herself in whatever she does or wherever she goes. It is only befitting that I wish my friend all success in her life and career. May God bless her with good health and mind to produce and win more laurels and accolades for her remarkable works in the future.

– Ben Idhaya

கவிஞர் டபிள்யு. பி. ஈட்ஸ் எழுதிய அறிமுக உரை

ஒரு சில நாட்களுக்கு முன் ஒரு புகழ்பெற்ற வங்காள மருத்துவரிடம் நான் சொன்னேன், "எனக்கு செருமானிய மொழி தெரியாது, இருப்பினும் ஒரு செருமானியக் கவிஞரின் மொழிபெயர்ப்பு என்னைக் கவர்ந்திடுமாயின் நான் பிரிட்டன் அருங்காட்சியகத்திற்குச் சென்று, அவருடைய வாழ்க்கையைப் பற்றிய சில செய்திகளையோ அல்லது அவரது சிந்தனை ஓட்டங்களைப் பற்றியோ கூறும் ஆங்கிலப் புத்தகங்களைத் தேடி எடுப்பேன்.

ஆனால் ரவீந்திரநாத்தின் இந்த உரைநடை மொழிபெயர்ப்பு என் உணர்ச்சிகளைக் கிளறிவிட்டு இரத்தத்தில் ஒரு புத்துணர்ச்சியை ஏற்படுத்தியது போல கடந்த பல ஆண்டுகளாக வேறு எந்த இலக்கியமும் செய்ததில்லை.

ஒரு இந்தியப்பயணி என்னிடம் சொல்லியிருக்காவிட்டால், தாகூரின் வாழ்க்கையைப் பற்றியும், சிந்தனை ஓட்டங்களைப் பற்றியும் நான் எதையும் தெரிந்திருக்க முடியாது. நான் நெகிழ்ந்து போவேன் என்று உண்மையில் அவருக்குத் தோன்றியிருக்க வேண்டும். அவர் சொன்னார், "ரவீந்திரநாத்தின் எழுத்துக்களை நான் தினமும் படிப்பதுண்டு. அதில் ஒரு வரியைப் படித்தாலே போதும் இந்த உலகத்தின் துன்பங்கள் எல்லாம் மறந்து போகும்".

லண்டனில் இரண்டாம் ரிச்சர்டின் ஆட்சியில் ஓர் ஆங்கிலேயனிடம் பெட்ரார்ச் அல்லது தான்தேயின் கவிதை மொழிபெயர்ப்புக்களைக் காட்டியிருந்திருப்பின், அவனுடைய ஐயங்களைத் தீர்க்கப்புத்தகங்கள் இருந்திருக்கமாட்டா. ஆனால் நான் உங்களிடம் கேள்வி எழுப்பியது போல் ∴ப்ளோரென்டைன் வங்கியாளரிடமோ, அல்லது லம்பார்ட் வணிகரிடமோ கேள்வி கேட்டிருந்தாலோ எனக்குத் தெரிந்ததெல்லாம் நிறைவானதும் எளிமையானதுமான இந்தக் கவிதைகள், புதியமறுமலர்ச்சி உங்களுடைய நாட்டில் உதயமாகியிருக்கிறது. செவிவழிச் செய்தியாக மட்டுமே அல்லாது நான் அதைப்பற்றித் தெரிந்து கொண்டிருக்க முடியாது. அவர் பதிலுரைத்தார், "எங்களுள் பல கவிஞர்கள் இருக்கிறார்கள். ஆனால் அவர்கள் யாரும் இவருக்கு இணையில்லை. நாங்கள் இதை ரவீந்திரநாத்தின் சகாப்தம் என்றே அழைக்கிறோம்.

அவரைப் போல ஒரு அற்புதமான கவிஞர் வேறுயாரும் எங்களிடம் இருந்ததாக எனக்குத் தோன்றவில்லை. கவிதைகளைப் போலவே இசையிலும் மிகச் சிறந்தவராக இருந்தார். இந்தியாவின் மேற்கிலிருந்து பர்மா வரை எங்கெல்லாம் வங்காளம் பேசப்படுகிறதோ அங்கெல்லாம் இவரது பாடல்கள் பாடப்படுகின்றன. இவர் தனது பத்தொன்பதாவது வயதில் முதல் புதினத்தை எழுதிப் புகழ் பெற்றார். சிறிது காலங்கடந்த பின் நாடகங்களையும் எழுதினார். அந்தநாடகங்கள் இன்றும் கல்கத்தாவில் நடத்தப்படுகின்றன. அவரது நிறைவான வாழ்க்கையைக் கண்டு நான் மிகவும் வியந்து போகிறேன். இவர் தனது இளமைப் பருவத்தில் இயற்கைப் பொருட்களைப் பற்றியே மிகுதியாக எழுதினார்.

"இவர் தனது இருபத்தைந்து முதல் முப்பத்தியைந்து வயது வரையாக இருக்கக் கூடும், நாள் முழுவதும் தனது தோட்டத்திலேயே அமர்ந்திருப்பார். அவர் ஒரு மிகப் பெரிய துயரத்தில் இருந்த போது, மிக அழகான காதல் கவிதைகளை எங்கள் மொழியில் எழுதினார். "அதன் பிறகு அவர் ஆழ்ந்த உணர்ச்சிப் பெருக்குடன் கூறினார், "நான் எனது பதினேழாவது வயதில் அவருடைய காதல் கவிதைகளைப் படித்த போது எவ்வளவு கடமைப்பட்டிருக்கிறேன் என்பதைச் சொற்களால் வெளிப்படுத்த முடியாது. அதன்பிறகு அவரது கலை இன்னும் ஆழமாக சமயம் சார்ந்ததாகவும், தத்துவம் சார்ந்தாகவும் வளர்ந்தது. அவருடைய துதிப்பாடல்கள் மனித இனத்திற்கு எழுச்சி ஊட்டுபவை. எங்கள் துறவிகளுக்குள்ளே தலையாய துறவியாக இருந்தார். அவர் வாழ்வைத் துறக்கவில்லை. வாழ்க்கை அனுபவங்களையே வெளிப்படுத்தினார். அதனால்தான் அவரிடம் நாங்கள் பேரன்பு பாராட்டுகிறோம்".

"அவர் நேர்த்தியாகப் பயன்படுத்தியிருந்த சொற்கள் என் நினைவில் மாறிப் போயிருக்கலாம், ஆனால் அவருடைய சிந்தனைகளை என்றும் மறந்திருக்கவில்லை. சிறிது காலம் முன்பு அவர் தான் எங்கள் தேவாலயத்தில் புனித வழிபாடு நடத்திக் கொண்டிருந்தார். ஆங்கிலத்தில் நீங்கள் கூறும், தேவாலயம் என்ற சொல்லைத் தான் நாங்கள் 'பிரம்மசமாஜ்'க்குப் பயன்படுத்தியிருந்தோம். அது கல்கத்தாவிலேயே மிகப் பெரியதாக இருந்தது. மக்கள் கூட்டம் நிரம்பி வழிந்தது மட்டுமல்ல, தெருக்களில் ஊடுருவிச் செல்ல முடியாத அளவிற்கு மக்கள் நிறைந்திருந்தனர். இந்தியாவின் பிறபகுதி மக்கள் என்னைக் காண வந்தனர். அவர்கள்

இந்த மனிதரிடம் காட்டிய பெருமதிப்பு விசித்திரமான மன உணர்வுகளை எங்களிடம் ஏற்படுத்தியது.

சிறியதும் பெரியதுமான செய்திகளை பாதி தெள்ளத் தெளிவான நகைச்சுவையுடனும் பாதி பொறுப்புணர்ச்சியுடன் கூறும் கண்டனத்துடனும் ஆகிய ஒரே திரையின் கீழ் மறைத்து வைக்கும் எங்கள் உலகில் இது விசித்திரமாக இருந்தது. தலைமைக் கிறித்தவ தேவாலயங்களை உருவாக்கிய போது, திறமைமிக்க மனிதர்களை நாம் மதித்திருந்தோமா?

"தினமும் காலை மூன்று மணிக்கு, எனக்குத் தெரியும் நான் அதைப் பார்த்திருக்கிறேன்" என்னிடம் ஒருவர் சொன்னார், 'அவர் ஆழ்ந்த சிந்தனையில் மூழ்கி அசையாமல் அமர்ந்திருப்பார். இறையருளின் இயற்கையில் தன்னை மறந்து இன்ப நிலையில் ஆழ்ந்திருந்த அவர் அதிலிருந்து இரண்டு மணி நேரத்திற்கு வெளியில் வரமாட்டார். அவருடைய தந்தை மகரிஷி, சில சமயம் அடுத்த நாள் வரை அங்கேயே அமர்ந்திருப்பார். ஒரு நாள் ஆற்றங்கரையிலே இயற்கைக் காட்சியின் அழகால் ஆழ்ந்த சிந்தனைவயப்பட்டார். படகு செலுத்துவோர் தங்கள் பயணத்தைத் தொடர எட்டுமணி நேரம் காத்திருந்தனர்?"

பிறகு அவர் திரு.தாகூர் அவர்களின் குடும்பத்தைப் பற்றியும், பல தலைமுறைகளாக உயர்ந்த மனிதர்கள் அந்த வம்சா வழியிலிருந்து தோன்றியிருக்கிறார்கள் என்பதைப் பற்றியும் கூறினார்.

அவர் சொன்னார், "இன்று, கோகோனேந்திரநாத், அபனிந்திரநாத்தாகூர் இருவரும் ஓவியர்கள். ரவீந்திரரின் சகோதரர் விஜேந்திரநாத் ஒரு சிறந்த தத்துவமேதை. மரக்கிளையிலிருந்து அணில்கள் இறங்கி வந்து அவரது கால்முட்டிகள் மீது ஏறின, பறவைகள் அவரது கரங்களின் மீது இறங்கின." கண்களுக்குப் புலனாகின்ற அழகையும் அதன் பொருளையும் பற்றிய கூருணர்வை இந்த ஆண்களின் எண்ண ஓட்டங்களில் நான் கவனித்தேன்- அறிவுசார் அழகையோ அல்லது அதன் படிப்பினையையோ நாம் நம்பக் கூடாது, அது உடனேயோ அல்லது தாமதமாகவோ உடல்சார்ந்த விஷயங்களில் தன்னை ஈர்க்காது என்ற நீட்சேவின் கோட்பாட்டைக் கொண்டிருந்தவர்களைப் போல.

நான் சொன்னேன், "கிழக்கில், எப்படி ஒரு குடும்பத்தைச் சிறப்பாக வைத்துக் கொள்ள வேண்டும் என்று உங்களுக்குத் தெரியும். மற்றொரு

நாள் ஒரு அருங்காட்சியகத்தின் பொறுப்பாளர், சீனாவின் அச்சிட்ட படத்தகடுகளை அடுக்கிக் கொண்டிருந்த சற்றே கறுப்பு நிறத்திலிருந்த ஒரு மனிதரைச் சுட்டிக் காட்டிச் சொன்னார், "இவர் மிகாடோவின் பரம்பரையில் வந்த கலைவல்லுநர். அவருடைய குடும்பத்தில் பதினான்காவதாக இந்தப் பணிக்கு வந்தவர்."

"ரவீந்திரநாத் சிறுவனாக இருந்த போது அவர் வீட்டில் அவருக்காக இசையும் இலக்கியமும் எல்லாமே இருந்தன. அந்தக் கவிதைகளின் எளிமையைப் பற்றி நிறைய சிந்தித்திருக்கிறேன்". நான் கேட்டேன், "உங்கள் நாட்டில் நிறைய கொள்கை பரப்பாளரின் எழுத்துக்களும், அதற்கு விமர்சனங்களும் இருக்குமா? எங்களுக்கு நிறைய செய்ய வேண்டியிருக்கிறது. அதுவும் என் சொந்த நாட்டில் எங்கள் சிந்தனைகள் கொஞ்சம் கொஞ்சமாகத் தேய்ந்து கொண்டிருக்கிறது. ஆனாலும் எங்களால் எதையும் செய்ய முடியவில்லை. எங்களுடைய வாழ்க்கை ஒரு தொடர் போராட்டமாக இல்லாமல் இருந்திருந்தால், எங்களுக்கு ரசனை இருந்திருக்காது, நல்லது எதுவென்று எங்களுக்குத் தெரிந்திருக்காது, செவிமடுப்போரும் படிப்போரும் இருந்திருக்கமாட்டார்கள். எங்கள் சக்தியில் ஐந்தில் ஒரு பங்கு தவறான ரசனையுடன், எங்களுடைய சிந்தனைகளுடனான அகப்போராட்டங்களிலும், மற்றவர் சிந்தனைகளுடனான புறப்போராட்டங்களிலுமே செலவிடப்படுகிறது." "எனக்குப் புரிகிறது", அவர் சொன்னார், "கொள்கை பரப்பாளர்களின் எழுத்துக்கள் எங்களிடமும் இருக்கின்றன.

சமஸ்கிருதத்தில் இடைக்காலத்திலிருந்து எடுக்கப்பட்ட நீண்ட புராண இலக்கியப் பாடல்களை அவர்களின் கிராமப்புரங்களில் மனப்பாடமாக ஒப்பிக்கிறார்கள். மக்களிடம், அவர்கள் தங்கள் கடமைகளைச் செய்ய வேண்டும் என்று ஏட்டுரைச் செய்திகளை அவ்வப்போது இடையிடையே செருகுகிறார்கள்.

நான் இந்த மொழி பெயர்ப்புகளின் கையெழுத்துப் பிரதிகளை என்னுடன் பல நாட்களாக எடுத்துச் சென்று, இரயில் நிலையங்களிலும், இரயிலிலும் உந்து வண்டிகளின் மேல் இருக்கையிலும், உணவகங்களிலும் படித்தேன். அது என்னை எந்த அளவிற்கு ஈர்த்திருக்கிறது என்பதை அயலார் யாரும் பார்த்து விடக் கூடாது என்பதற்காக அடிக்கடி மூடி வைத்தேன்.

என் இந்தியர்கள் என்னிடம் சொல்கிறார்கள், மூலப்படிவமாக இருக்கும் இந்த இசைப்பாடல்கள், மொழிபெயர்க்க முடியாத வண்ணம், சீர்யாப்பு வகையின் புதுப்புனைவு ஆகியவற்றின் முழுமையான ஓசைநயத்தின் நுட்பமான நேர்த்தி, எண்ணங்களின் வெளிப்பாடுகள். என் வாழ்நாள் முழுவதும் நான் கனவுகண்ட ஓர் உலகம். ஒப்பில்லாத உயர்ந்த நாகரிகத்தின் வேலையாக இருந்தாலும் பொதுநிலங்களில் காணப்படும் புல், நாணல் இவற்றைப் போன்று காணப்பட்டது.

கவிதையும் மதமும் ஒன்றாகவே இருந்த ஒரு பாரம்பரியம் நூற்றாண்டுகளைக் கடந்து விட்டிருக்கிறது. கற்ற மற்றும் கல்லாத உருவகம் மற்றும் உணர்வுகள் பல்கிப்பெருகி பண்டிதர் மற்றும் உன்னதமானவர்களின் சிந்தனையை மீண்டும் திரும்ப எடுத்துச் சென்றது.

வங்காளத்தின் நாகரிகம் சிதைக்கப்படாமல் இருந்திருந்தால், ஒரே இறைத்தன்மையைப் போல, ஒரே எண்ணம் அனைத்திலும் ஊடுருவிப் பரவுகிறது என்றால், இல்லையெனில் நமக்குள் இருப்பது போல ஒன்றுக் கொன்று தொடர்பு இல்லாத ஒரு டஜன் எண்ணங்களாக உடைக்கப்படாமல் இருந்திருந்தால், சில தலைமுறைகளில் தெருவில் உள்ள யாசகர்களிடம் கூட இந்தக் கவிதைகளில் உள்ள அந்த நுட்பங்கள் வந்திருக்கும். இங்கிலாந்தில் ஒரே எண்ணம் இருந்த போது சாஸர் தனது டிராய்லஸ் மற்றும் கிரெசிடாவை எழுதினார். அவர்கள் நேரம் விரைவாக வந்து கொண்டிருப்பதால் படிக்கவும், படிக்கப்படவும் வேண்டும் என்று எண்ணினார். அவர் சிலகாலம் பாணர்களால் பாடப்பட்டார்.

சாஸரின் முன்னோடிகளைப் போல, ரவீந்திரநாத்தாகூரும் தன் சொற்களுக்கு இசை அமைக்கிறார். அவர் அபரிமிதமானவர், தன்னிச்சையாக எழுதக்கூடியவர், தனது தீவிர விருப்பத்தை நிறைவேற்றுவதில் துணிச்சலானவர், மிகவும் வியப்பளிக்கக் கூடியவர் என்று ஒவ்வொரு தருணத்திலும் ஒருவரால் புரிந்து கொள்ள முடிகிறது. ஏனெனில் அவர் செய்யும் செயல்கள் விசித்திரமானவை அல்ல, மிகுந்த போராட்டமின்றி எளிதாகச் செய்யக் கூடியவை.

அழகாக அச்சடிக்கப்பட்டு, பெண்களின் மேசைமேல் இருக்கும் சிறிய புத்தகங்களில் இந்தக் கவிதைகள் இருக்காது. இதுவரை அவர்கள் வாழ்க்கையைப் பற்றித் தெரிந்திருந்த போதிலும் தங்கள் சுறுசுறுப்பற்ற

கரங்களால் பக்கங்களைப் புரட்டி, தங்களின் பொருளற்ற வாழ்க்கையைப் பற்றிப் பெருமூச்சு விடலாம். பல்கலைக்கழகங்களில் மாணவர்களால் எடுத்துச் செல்லப்பட்டவை, வாழ்க்கைப் பணிகள் தொடங்கும் போது ஒருபுறம் ஒதுக்கி வைக்கப்படலாம்.

ஆனால் தலைமுறைகள் கடந்து போகும் போது நெடுஞ்சாலையில் பயணிகளும், ஆற்றின் மீது படகு செலுத்துவோரும் சொற்களின்றி வெறும் ஓசைகளில் பாடிச்செல்வர். காதலர்கள் ஒருவருக்காக மற்றொருவர் காத்திருக்கும் தருணங்களில் அவற்றை முணுமுணுப்பதன் மூலம் கண்டு கொள்வர். கடவுளின் அன்பாகிய இந்த மந்திர வளைகுடாவில் அவர்களுடைய கசப்பான வெறி உணர்வு கழுவப்பட்டு அந்த இளமை புதுப்பிக்கப்படும். ஒவ்வொரு தருணத்திலும் காய்தல் உவத்தலின்றி இந்தக் கவிஞரின் இதயம் இவற்றிற்காக வெளியில் பாய்கிறது. அவர்கள் புரிந்து கொள்வார்கள் என்று அந்த இதயத்திற்குத் தெரியும். அது அவர்களின் வாழ்க்கையின் சூழ்நிலையால் தன்னைத்தானே நிரப்பிக் கொண்டிருக்கிறது.

தன்மீது புழுதி படிவது தெரியாமலிருக்க சிவப்பும் காவியுமான நிறத்தில் உடையணித்திருக்கும் வழிப்போக்கன், தன்னுடைய மாண்புடைய கம்பீரமான காதலன் அணிந்திருந்த மாலையிலிருந்து பூவிதழ்கள் ஏதேனும் விழுந்து கிடக்குமா என்று தன் படுக்கையின் மீது தேடும் பெண், தன்னுடைய தலைவனுக்காகத் தன் வெறுமையான வீட்டில் காத்திருக்கும் பணிப்பெண் அல்லது மணமகள் இவையெல்லாம் இறைவனை நோக்கிச் செல்லும் ஒரு இதயத்தின் கற்பனைகளாகும். மலர்களும், ஆறுகளும், முழங்குகின்ற வலம்புரிச்சங்குகள், ஆவணி மாதத்தின் கனமழை இணைவிலும் பிரிவிலும் இதயத்தில் தோன்றும் உணர்வுகள், ஆற்றின் மீது படகில் அமர்ந்து யாழ்மீட்டும் ஓர் ஆடவன், மனித அறிவுக்கு எட்டாத, சற்றும் விளங்காத அதே போன்ற ஓர் உருவம், பொருள் பொதிந்த சீன ஓவியத்தில் இருப்பது இறைவனேயாகும். ஒரு முழுமையான மக்கள் தொகுதி, ஒரு முழுமையான நாகரிகம் நமக்கு அளவிட முடியாத விந்தையாகும். ஆனாலும் அந்த விந்தையால் நாம் மனங்கவரப்படவில்லை, நாம் நம் சொந்தக் கற்பனையையே அவற்றில் கண்டிருக்கிறோம். நாம் 'ரோசெட்டியின் வில்லோவுட்'டில் நடந்து சென்றதைப் போல, அல்லது கேள்விப்பட்டதைப் போல, ஒரு வேளை முதல்முறையாக இலக்கியத்தில் நம் குரல் கனவில் ஒலிப்பதைப் போல.

ஐரோப்பியப் புனிதர்களின் எழுத்துக்களில் ஏற்பட்ட மறுமலர்ச்சி, அவர்களுடைய உருவகம் மற்றும் அவர்களுடைய சிந்தனையின் பொது அமைப்பு நன்கு பழக்கப்பட்டதாக இருந்தாலும் நம் கவனத்தை ஈர்ப்பதை நிறுத்திவிட்டது. கடைசியாக நாம் இந்த உலகைக் கைவிட வேண்டும் என்று நமக்குத் தெரியும். நாம் பழக்கப்படுத்திக் கொண்ட கணநேரக் களைப்பை அல்லது பெருமகிழ்ச்சியை நாமே முன் வந்து விட்டு விட எண்ணினோம். இவ்வளவு கவிதைகளைப் படித்த, இவ்வளவு ஓவியங்களைக் கண்ட, எவ்வளவோ இசைகளைக் கேட்ட நமக்கு, உடலின் அழுகையும் ஆன்மாவின் அழுகையும் ஒன்றாகத் தோன்றும் போது எப்படி அதைக் கடுமையாகவும் முரட்டுத்தனமாகவும் விட்டு விட நம்மால் முடியும்? சுவிட்சர்லாந்து ஏரிகளின் அழகைப் பற்றி எண்ணக் கூடாது என்பதற்காகத் தன் கண்களை மூடிக்கொள்ளும் பெர்னார்டின் எண்ணத்தின் மீதும் வெளிப்படையான பொருளுடைய புத்தகத்தின் தீவிரமாகக் கவர்ந்திழுக்கும் எழுத்துக்களின் மீதும் நமக்குப் பொதுவான கருத்து என்ன இருக்கிறது?

நம்மால் முடிந்தால், நாம் விரும்பினால் இந்தப் புத்தகத்தில் உள்ளது போல நற்பண்புகளும் பணிவும் நிறைந்த சொற்களைக் கண்டுபிடிக்க வேண்டும். "நான் பிரியும் நேரம் வந்து விட்டது. எனக்கு விடை கொடுங்கள் சகோதரர்களே! உங்களை எல்லாம் வணங்கி விடை பெறுகிறேன். வீட்டின் சாவியைத் திருப்பித் தருகிறேன். எனது வீட்டின் அனைத்து உரிமைகளையும் விட்டு விடுகிறேன். உங்களிடம் கடைசியாக கனிவான சொற்களை மட்டுமே வேண்டுகிறேன். நீண்ட காலம் நான் உங்கள் அண்டை வீட்டுக்காரனாக இருந்திருக்கிறேன். நான் உங்களுக்குக் கொடுத்ததைவிடப் பெற்றுக் கொண்டதே அதிகம். காலைப்பொழுது இப்போது இரவுக்கு வழிவிட்டிருக்கிறது. என் இருண்ட தெருமுனையில் எரிந்து கொண்டிருந்த விளக்கு அணைந்துவிட்டது. எனக்கான அழைப்பு வந்துவிட்டது. நான் என் பயணத்திற்குத் தயாராகிவிட்டேன்". இது நம் சொந்த மனநிலை ஆகும். இன்னும் மேலாக கிறிஸ்துவின் சாயலில் உள்ள கெம்பிஸ் அல்லது புனிதர் ஜான் ஆஃப் கிராசில் ஒலமிடக் கேட்கிறோம், "நான் இந்த வாழ்க்கையை நேசிக்கிறேன், அதனால் மரணத்தையும் நேசிப்பேன் என்று எனக்குத் தெரியும்". இருப்பினும் நம்முடைய பிரிவைப் பற்றிய நினைவுகளில் மட்டுமல்ல, இந்தநூல் அனைத்தின் ஆழத்தையும்கணக்கிடுகிறது. கடவுளை நாம் நேசித்தது, அவர் மீது நாம் கொண்டுள்ள நம்பிக்கையினால் அல்ல

என்று நமக்குத் தெரியவில்லை. இருப்பினும் நாம் வாழ்ந்த வாழ்க்கையைத் திரும்பிப் பார்க்கும் போது தெரிந்து கொள்கிறோம்.

காடுகளில் உள்ள நடைபாதைகளில் நாம் மேற்கொள்ளும் புத்தாய்வுப் பயணத்தில் குன்றுகளின் ஒதுக்கமான இடங்களில் நமக்குக் கிடைக்கும் பெருமகிழ்ச்சியில், நாமே உருவாக்கிக் கொண்ட, மனித அறிவுக்கு விளங்காத சொந்தத்தில், நாம் காதலித்த பெண்ணிடம் காட்டிய பயனற்ற காதலில், மனக்கிளர்ச்சியை உருவாக்கிய, கண்களுக்குப் புலப்படாமல் மறைந்திருக்கும் இந்த இனிமையில்.

"உனக்காக நான் என்னைத் தயாராக வைத்துக் கொள்ளாத அன்றைய தினம், மக்கள் கூட்டத்தில் அறிமுகமில்லாத ஒருவனைப் போல, எனக்குத் தெரியாமலே என் இதயத்தில் நுழைந்தாய் என் இறைவனே! வாழ்க்கையில் விரைவாகக் கடந்து செல்கின்ற அந்தக் கணநேரங்கள், முடிவற்ற காலமாகத் தன் முத்திரையைப் பதித்துச் சென்றன".

இது, புழுதியையும் சூரிய ஒளியையும் ஓவியத்தில் கொண்டுவர ஓவியர் தன் மனநிலையை அதிக தீவிரத்தில் உயர்த்திக் கொள்ளுதல் போன்ற ஒரு செயலாகுமேயன்றி, புனிதத் தன்மையுடைய கருவறையோ, துன்புறுத்தப்படுவதற்கான இடமோ இல்லை இது. அதைப்போலவே புனிதர் பிரான்சிஸ் மற்றும் வில்லியம் பிளேக் ஆகியோருடன் ஒப்பிட்டால் அவர்கள் நம் சரித்திரத்தில் மிகவும் அந்நியர்களாகவே தெரிகிறார்கள்.

நாம் நீண்ட புத்தகங்களை எழுதுகிறோம், ஆனால் எந்த ஒரு பக்கத்திற்கும் எழுத்தை மகிழ்விக்கும் தரம் இல்லை. பொதுவான சில நோக்கங்களின் மீது நம்பிக்கை கொண்டிருப்பது போலவும், நாம் போராடி பணம் சம்பாதிப்பது போலவும், அரசியல் செய்திகளால் நம் தலையை நிரப்பிக் கொள்வது போலவும், நம் செயல்களிலெல்லாம் வெறும் மந்தமான செய்திகளே உள்ளன.

திரு.தாகூர் இந்தியாவின் கலாச்சாரத்தைப் போலவே, ஆன்மாவைக் கண்டுபிடிப்பதில் மனநிறைவடைந்து அதன் தன்னிச்சைக்குத் தன்னை அர்ப்பணித்தார், சரணடைந்தார். அவருடைய வாழ்க்கை நவநாகரிக வாழ்க்கையை விரும்புவர்களிடமிருந்து வேறுபட்ட வாழ்க்கையாக இருந்தது. அது இந்த உலகத்தில் முக்கியத்துவம் வாய்ந்ததாக இருந்தது. அவரது வழி அவருக்கு மிகச் சிறந்ததாக இருப்பதாக எண்ணினார். எனினும் அவர் எப்பொழுதும் பணிவாகவே இருந்தார்.

"வீட்டிற்குத் திரும்பிச் செல்லும் ஆடவர் என்னைப் பார்த்துச் சிரித்துச் செல்கையில் என்னுள் வெட்கம் நிறைகிறது. ஒரு யாசிக்கும் பெண்ணைப் போல அமர்ந்திருக்கிறேன். என் புடவை முந்தானையை எடுத்து முகத்தை மறைத்துக் கொள்கிறேன். எனக்கு என்ன வேண்டும் என்று அவர்கள் கேட்கும்பொழுது விடை கூறாது கண்களைத் தாழ்த்தித் தரையைப் பார்க்கிறேன்". மற்றொரு சமயம், தனது வாழ்க்கை ஒரு முறை எப்படி வேறுபட்ட நிலையில் இருந்தது என்று நினைவு கூர்கிறார். அவர் சொல்வார், "நன்மைக்கும் தீமைக்கும் இடையில் நடந்த போராட்டத்தில் நான் பல மணி நேரம் செலவழித்தேன். ஆனால் இப்பொழுது வெறுமையான நாட்களின் விளையாட்டுத் தோழன் தன்னை நோக்கி என் இதயத்தை ஈர்ப்பதில் மகிழ்ச்சி அடைகிறான். எந்த ஒரு பயனில்லாத செயலுக்காக திடீரென்று இந்த அழைப்பு வந்தது என்று எனக்குத் தெரியவில்லை".

இலக்கியத்தில் வேறு எங்குமே, யாராலும் கண்டுபிடிக்க முடியாத ஒரு களங்கமின்மை, ஒரு எளிமை. அதனால் தான் பறவைகளும், இலைகளும் குழந்தைகளுக்கு நெருக்கமாக இருப்பது போன்றே அவருக்கும் மிக நெருக்கமாக உள்ளதைப் போல் தோன்றுகிறது.

பருவ காலங்களின் மாற்றங்கள், புகழ்மிக்க நிகழ்ச்சிகள் எல்லாம் அவற்றிற்கும் நமக்கும் இடையே நமது எண்ணங்களில் உதயமாகின்றன. சில சமயங்களில் நான் வியந்து போகிறேன், இதையெல்லாம் அவர் எவ்வாறு பெற்றார்? வங்காளஇலக்கியத்திலிருந்தாஅல்லதுமதத்திலிருந்தா? மற்றொரு சமயம் பறவைகள் அவருடைய தமையனின் கரங்களின் மீது இறங்கி வந்ததை நினைத்துப் பார்க்கிறேன். தலைமுறை தலைமுறையாக நிகழ்வதை நினைக்கும் போது மகிழ்ந்து போகிறேன். ஒரு துணிச்சலான படைத்தலைவனுடைய (ட்ரிஸ்டான்) அல்லது ஒரு அரசனுடைய (பெலனோர்) நற்பண்பைப் போல் ஒரு புரியாத புதிர் நூற்றாண்டுகளாக வளர்ந்து வந்திருக்கிறது. அவர் குழந்தைகளைப் பற்றிப் பேசும் போது அவருக்குள்ளும் பெரும்பாலும் இந்த தகுதிகள் உள்ளன என்று தோன்றுகிறது. அவர் புனிதர்களைப் பற்றி மட்டுமே பேசவில்லை.

"அவர்கள் மணலில் தங்கள் வீடுகளைக் கட்டுகிறார்கள், எளிமையான சிப்பிகளை வைத்து விளையாடுகிறார்கள். உதிர்ந்து போன இலைகளைக் கொண்டு தங்கள் படகுகளைச் செய்கிறார்கள். புன்சிரிப்புடன் அவற்றைப் பரந்த கடலின் மீது மிதக்க விடுகிறார்கள். உலகங்களின் கடற்கரையின் மீது குழந்தைகள் தம் விளையாட்டை விளையாடுகிறார்கள். எப்படி நீந்துவது

என்று அவர்களுக்குத் தெரியவில்லை. முத்துக்குளிப்போர் முத்தெடுக்க நீரில் மூழ்குகிறார்கள், வணிகர்கள் கப்பலில் பயணம் செய்கிறார்கள், குழந்தைகள் கூழாங்கற்களைச் சேகரித்து மீண்டும் அவற்றை வீசி எறிகின்றனர். அவர்கள் மறைந்திருக்கும் புதையல்களைத் தேடவில்லை. அவர்களுக்கு வலைவீசத் தெரியவில்லை."

- டபிள்யூ. பி. ஈட்ஸ்

செப்டம்பர் 1912

தாகூர் நோபல் பரிசு பெற்ற போது ஆற்றிய உரையின் சாரம்

4. ஞாயிற்றுக்கிழமை ஜனவரி 2015

எப்படியோ கடைசியில் உங்கள் நாட்டிற்கு என்னால் வர முடிந்ததை எண்ணி மிகவும் மகிழ்ச்சியடைகிறேன். எனது பணியை ஏற்றுக் கொண்டு எனக்கு நோபல் பரிசு கொடுத்துப் பெருமைப்படுத்திய உங்களுக்கு நன்றி சொல்ல இந்த வாய்ப்பை நான் பயன்படுத்திக் கொள்கிறேன்.

என் சாதனைக்காக விருது கொடுத்திருக்கிறார்கள் என்ற தந்திச்செய்தியை, இங்கிலாந்தில் உள்ள என் பதிப்பகத்தார் என்னிடம் கொடுத்த அந்த மத்தியானப்பொழுதை நான் நினைத்துப் பார்க்கிறேன். அப்பொழுது நான் சாந்தி நிகேதன் பள்ளியில் தங்கி இருந்தேன். அதைப்பற்றி உங்களுக்குத் தெரியும் என்று நினைக்கிறேன்.

அந்தத் தருணத்தில் நாங்கள் பள்ளிக்கு அருகில் உள்ள ஒருவனத்தில், விருந்தில் பங்கெடுத்துக் கொண்டிருந்தோம். நான் தந்தி அலுவலகத்தையும் அஞ்சல் அலுவலகத்தையும் கடந்து சென்று கொண்டிருந்த போது ஒரு மனிதர் கையில் ஒரு தந்திச்செய்தியைத் தாங்கிய வண்ணம் எங்களை நோக்கி ஓடி வந்தார். தொடர்வண்டியின் அதே பெட்டியில் ஓர் ஆங்கிலப் பார்வையாளரும் என்னுடன் இருந்தார். அந்தச் செய்தி முக்கியத்துவம் வாய்ந்ததாக இருக்காது என்றும், நான் சேருமிடம் வந்த பிறகு அதைப் பார்த்துக் கொள்ளலாம் என்றும் நினைத்து அதை என் சட்டைப்பைக்குள் வைத்துக் கொண்டேன். ஆனால் அதன் உள்ளே இருக்கும் செய்தியை அறிந்தவர் போல என் பார்வையாளர், அதனுள் ஒரு முக்கியமான செய்தி இருக்கிறது என்று சொல்லி உடனே படிக்கச் சொல்லி வற்புறுத்தினார். அதைத் திறந்து அந்தச் செய்தியைப் படித்துப் பார்த்தேன். என்னால் அதை நம்பவே முடியவில்லை. தந்தி மொழி முற்றிலும் சரியானதாக இருக்காது என்றும், அதன் பொருளைத் தவறாகப் புரிந்து கொண்டிருக்கலாம் என்றும் முதலில் நினைத்தேன். ஆனால் கடைசியில் அது சரியானது தான் என்று உணர்ந்தேன்.

பள்ளியில் உள்ள மாணவர்கட்கும் ஆசிரியர்கட்கும் இது எவ்வளவு மகிழ்ச்சியை உண்டாக்கியிருக்கும் என்று உங்களால் நன்கு புரிந்து கொள்ள

முடியும். மற்ற எதையும் விட எது என் உள்ளத்தை வெகு ஆழமாகத் தொட்டது என்றால் என்னை மிகவும் நேசித்த மாணவர்கள், யாரிடம் நான் பேரன்பு காட்டினேனோ அவர்கள், தாங்கள் பெருமதிப்புக் கொடுத்த ஒருவருக்கு இந்தப் பெருமையும் பாராட்டும் கிடைத்ததை எண்ணிப் பெருமைப்பட்டது தான். எனக்குத் தரப்பட்ட இந்த விருதை எண்ணி என் நாட்டு மக்களும் தங்கள் பெருமையை என்னிடம் பகிர்ந்து கொள்வார்கள் என்பதை உணர்ந்தேன்.

எஞ்சிய பகல்பொழுதும் இது போலவே கழிந்தது. இரவுப்பொழுது வந்த போது மொட்டை மாடியில் தனியாக அமர்ந்து என்னை நானே இந்தக் கேள்வியைக் கேட்டுக் கொண்டேன். நான் வேறுபட்ட இனத்தைச் சேர்ந்தவனாக இருந்தும், கடல்களாலும் மலைகளாலும் மேற்கத்திய குழந்தைகளிடமிருந்து பிரிக்கப்பட்ட போதிலும் மேற்கத்தியர்கள் என்னை ஏற்றுக் கொண்டு பெருமைப்படுத்தியதற்கு என்ன காரணம் இருக்க முடியும்.

ஒன்றை மட்டும் உறுதியாகச் சொல்வேன். இது பெருமகிழ்ச்சியுடன் கூடிய உணர்வுகளல்ல, என்னை நானே கேட்டுக் கொண்ட கேள்விகளுக்கு இதயத்தில் விடை தேடிக் கொண்டிருந்தேன். அந்தத் தருணத்தில் நான் பணிவாகவே உணர்ந்தேன்.

நான் மிகவும் சிறியவனாக இருந்ததிலிருந்து எப்படி என் வாழ்க்கைப் பணிகள் வளர்ச்சி அடைந்திருக்கின்றன என்பதை நினைத்துப் பார்க்கிறேன். நான் இருபத்தைந்து வயதினனாக இருந்த போது வங்காளத்தில் ஒதுக்குப்புறமாக இருந்த ஒருகிராமத்தில், கங்கை நதிக்கரையில் ஒரு படகு வீட்டில் ஏகாந்தமான சூழ்நிலையில் முடிந்த வரை விலகித் தனித்திருந்தேன். இமயமலை ஏரிகளிலிருந்து இலையுதிர்காலத்தில் இங்கு வந்த மிகப்பெரிய நாரைகள் மட்டும் தான் அந்த இடத்தில் உயிர்வாழ் தோழர்களாயிருந்தனர். மது மகிழ்ச்சியில் நிரம்பி வழிந்தாற்போல், நானும் திறந்த வெளியில் தீவிரமான உணர்வுகளுடன் இருந்தேன். ஆறு முணுமுணுத்த ஓசையில் என்னிடம் பேசுவதுண்டு.

இயற்கையில் ரகசியங்களை என்னிடம் சொல்வதுண்டு. நான் தனிமையில் கனவு காண்பதில் எனது நாட்கள் கழிந்தன. என் கனவுகளுக்குக் கவிதைகளிலும், படிப்பிலும் உருவம் கொடுத்தேன். எனது சிந்தனைகளை கல்கத்தா மக்களுக்குப் பத்திரிகைகள் மூலமாகவும், செய்தித்தாள்கள் மூலமாகவும் அனுப்பி வைத்தேன். மேலைநாட்டு

மக்களின் வாழ்க்கையிலிருந்து முற்றிலும் வேறுபட்ட வாழ்க்கை இது என்று உங்களுக்கு நன்றாகவே புரிந்திருக்கும். உங்களுடைய மேலை நாட்டுக்கவிஞர்களோ, எழுத்தாளர்களோ தங்கள் இளமைக்காலத்தின் பெரும்பகுதியை இப்படி முற்றிலும் தனிமையில் கழித்திருப்பார்களா என்று எனக்குத் தெரியவில்லை. அது போன்ற ஒரு தனிமையான வாழ்க்கையை வாழ முடியாதென்றும், அதற்கு மேற்கத்தியர்களின் உலகில் இடமில்லை என்றும் நான் உறுதியாகவே நம்புகிறேன். எனது வாழ்க்கை இவ்வாறே சென்றது.

கிட்டத்தட்ட என் நாட்டு மக்கள் அனைவருக்கும் அன்றைய நாட்களில் நான் புரிந்து கொள்ள முடியாத ஒரு தனிமனிதனாகவே இருந்தேன். அந்தப் புரிந்து கொள்ளமுடியாத நிலையில் இருந்ததை எண்ணி நான் மனநிறைவு அடைந்தேன். அதுவே அறிந்து கொள்ள வேண்டும் என்ற மக்களின் ஆர்வத்திலிருந்து என்னைப் பாதுகாத்தது. இந்தத் தனிமையிலிருந்து வெளிவந்து என் மக்களுக்கு ஏதேனும் ஒரு வழியில் பணியாற்ற வேண்டும் என்ற ஒரு பேராவல் என் இதயத்தில் தோன்றிய ஒரு காலமும் வந்தது. வெறும் எனது கனவுகளுக்கு வடிவம் கொடுப்பதும், வாழ்க்கைத் துன்பங்களிலிருந்து வெளிவர ஆழ்ந்த தியானம் செய்வது மட்டுமன்றி, என் மக்களுக்கு சில திட்ட வட்டமான சேவைகள் செய்வதன் மூலம் என் எண்ணங்களுக்கு உருவம் கொடுக்க முயற்சி செய்தேன். ஒரு விருப்பம், ஒரு பணி என் நினைவில் வந்தது. என்னவென்றால் குழந்தைகளுக்குக் கற்றுத் தருதலாகும். அது, இந்தக் கற்பிக்கும் பணிக்கு நான் மிகவும் பொறுத்தமானவன் என்பதனால் அல்ல, முறையான கல்விப்பயிற்சியின் முழுப்பயனையும் நான் பெற்றிருக்கவில்லை என்பதனால் தான்.

சில சமயம் நான் இந்தப் பணியை மேற்கொள்ளத் தயக்கம் காட்டினேன். ஆனால் இயற்கையின் மீது எனக்கு ஆழ்ந்த விருப்பம் இருந்தது. அது போல இயற்கையாகவே குழந்தைகளிடமும் பேரன்பு இருந்தது. இந்தக் கல்வி நிறுவனத்தைத் தொடங்கியதன் நோக்கம் என்னவென்றால் குழந்தைகளுடைய மகிழ்ச்சிக்கு முழுச்சுதந்திரம் தரவும், இயற்கையோடு இயைந்த வாழ்க்கையைத் தரவும் தான். எனது சிறுவயதில் முட்டுக்கட்டைகளால் தடைகளால் நான் மிகவும் துன்பப்பட்டேன்.

பள்ளிக்குச் சென்றபோது அது பெரும்பாலான மாணவர்களுக்குத் தண்டனையாகித் துன்பம் கொடுத்தது. இயந்திர கதியிலான கல்வியையே நான் பெற வேண்டியிருந்தது. அது மாணவர்களின் தணியாத தாகமாயிருந்த

வாழ்க்கைச் சுதந்திரத்தையும் மகிழ்ச்சியையும் தவிடு பொடியாக்கியது. என்னுடைய இலக்கு குழந்தைகளுக்கு சுதந்திரத்தையும், மகிழ்ச்சியையும் கொடுப்பதாக இருந்தது. அதனால் என்னைச் சுற்றி சில மாணவர்கள் இருந்தனர். அவர்களுக்கு நான் கற்றுக் கொடுத்து, அவர்களை நான் மகிழ்ச்சிப்படுத்த முயன்றேன். நான் அவர்களுடைய விளையாட்டுத் தோழனாக இருந்தேன். அவர்களுக்குத் துணைவனாக இருந்தேன். அவர்கள் வாழ்க்கையைப் பகிர்ந்து கொண்டேன். அந்தக் கூட்டத்தில் நான் தான் மிகப் பெரிய குழந்தையாக இருந்தேன். இந்தச் சுதந்திரமான சூழ்நிலையில் நாங்கள் ஒன்றாகவே வளர்ந்தோம்.

குழந்தைகளின் சுறுசுறுப்பும் மகிழ்ச்சியும் அவர்களுடைய அரட்டைகளும் பாடல்களும் பெருமகிழ்ச்சியின் உற்சாகத்தோடு காற்றில் நிறைந்தன. அங்கிருந்த ஒவ்வொரு நாளும் அவற்றை என் மனதில் நிறைத்துக் கொண்டேன். மாலையில் சூரியன் மறையும் நேரத்தில் நான் அடிக்கடி தனிமையில் அமர்ந்து, சாலையின் இருமருங்கிலும் நிழல் பரப்பிக் கொண்டிருக்கும் மரங்களைக் கூர்ந்து கவனிப்பதுண்டு.

மதியப்பொழுதின் அமைதியான நேரத்தில் காற்றில் மேலெழும்பி வருகின்ற குழந்தைகளின் குரலைத் தெளிவாக என்னால் கேட்க முடிந்தது. இந்த ஆரவாரமும், பாடல்களும் மகிழ்ச்சி ஒலிகளும் அந்த மரங்களைப் போல் இருந்தன. பூமியின் இதயத்திலிருந்து வெளிவரும் வாழ்க்கையின் நீரூற்று எல்லையில்லாத வானத்தின் மையப்பகுதிக்குச் செல்வது போன்றதாய் இருந்தது.

மனித வாழ்க்கையின் ஒட்டு மொத்த அழுகையும், மகிழ்ச்சியின் அனைத்து வெளிப்பாடுகளும் மனிதர்களுடைய பெரும் வேட்கையும் மனித இனத்தின் இதயத்திலிருந்து மேலெழும்பி இந்த வானத்திற்குச் செல்வது போல இது என் மனக்கண் முன் ஒரு குறியீட்டைக் கொண்டு வந்தது. அதை என்னால் காண முடியும். எனக்குத் தெரியும், வளர்ந்த குழந்தைகளாகிய நாம் நமது பெரும் வேட்கையின் புலம்பல்களை எல்லையற்ற பரப்பிற்கு அனுப்புகிறோம். அதை நான் என் இதயத்தின் இதயத்தில் உணர்ந்தேன்.

இந்தச் சூழ்நிலையில் நான் என் கீதாஞ்சலியின் கவிதைகளை எழுதலானேன். மற்றும் அவற்றை இந்தியவானின் அற்புதமான விண்மீன்களுக்குக் கீழே எனக்கு நானே பாடிக்கொண்டேன்.

இந்தப் பரந்த உலகத்தின் இதயத்தைச் சந்திக்கத் தூண்டப்படுவதை உணரும் நாள் வரும் வரை அதிகாலையிலும், மதியமும், சிவப்பாக ஒளிவீசும் அந்திநேரத்திலும் நான் இந்தப் பாடல்களை எழுதிக் கொண்டிருந்தேன்.

நன்றியுரை

இந்நூல்கள் இவ்வளவு சிறப்பாக வெளிவர உதவியவர்கள் பலர், அவர்களுக்கெல்லாம் நான் நன்றி கூறக் கடமைப்பட்டிருக்கிறேன். நான் எழுதியதையெல்லாம் மின்தட்டச்சு செய்து கொடுத்த திருமதி. இந்து, அவற்றை வரிசையாக முறைப்படுத்தி பதிப்பகத்தாருக்கு அனுப்பி உதவிய திருமதி மீனா சரவணன், என்னைக் குறித்து அறிமுக உரை எழுதிய திருமதி. இதயா, திருமதி. சுசிலாமேரி நூல்களுக்கு முகப்பு ஓவியம் தீட்டிக் கொடுத்த பரிதி, அவனைப் பற்றி அறிமுக உரை எழுதிய அவனுடைய ஆசிரியர் திருமதி. சாந்தி, இந்நூல்களை மிகச் சிறப்பாக அச்சிட்டு வெளிக்கொணர்ந்த Notion பதிப்பகத்தார், மற்றும் எனக்குத் தேவைப்பட்ட உதவிகளையெல்லாம் செய்து கொடுத்த என் குடும்பத்தினர் அனைவருக்கும் எனது உளங்கனிந்த நன்றியினைத் தெரிவித்துக் கொள்கிறேன்.

நன்றியுடன்,

வானதி ஜெயராமன்.

1

நீ என்னை எல்லையில்லாதவனாக்கிவிட்டாய், அதுவே உனது மகிழ்ச்சி. இந்த மென்மையான பாத்திரத்தை மீண்டும் --- மீண்டும் வெறுமையாக்குகிறாய், எப்பொழுதும் அதை புதிய வாழ்க்கையால் நிரப்புகிறாய்.

மூங்கிலால் செய்யப்பட்ட இந்தப் புல்லாங்குழலை மலைகளின் மீதும் பள்ளத்தாக்குகளிலும் ஏந்திச் சென்றாய், அதில் பல புதிய ராகங்களை இசைத்தாய்.

உனது கரங்களின் அந்த அழிவில்லாத் தீண்டுதலால் என் இதயம் மிகுந்த மகிழ்ச்சியில் தன் எல்லைகளை இழக்கிறது, சொற்களில் அடங்காத உணர்ச்சிகளைத் தோற்றுவிக்கிறது. எனது இந்தச் சிறிய கரங்களில் எண்ணற்ற பரிசுகள் வந்து குவிகின்றன. ஆண்டுகள் கழிகின்றன. இன்னும் நீ நிறைத்துக் கொண்டே இருக்கிறாய். நிறைப்பதற்கு இன்னும் இடம் இருந்து கொண்டே இருக்கிறது.

2

நீ என்னைப் பாடும்படி ஆணையிட்டபொழுது பெருமையில் என் இதயம் வெடித்து விடும் போல இருக்கிறது. உனது முகத்தைப் பார்க்கிறேன், எனது கண்களில் கண்ணீர் நிறைகிறது.

எனது வாழ்க்கையிலிருந்த கடுமையும், தவறுகளும் ஒரே ஒரு இனிய இசையில் கரைந்து போகிறது. ஒரு மகிழ்ச்சியான பறவை தன் சிறகுகளை விரித்துக் கடலின் மேல் பறப்பதைப் போல, எனது வழிபாடும் சிறகுகளை விரிக்கின்றது.

நான் பாடுவது உன்னை மகிழ்விக்கின்றது. எனக்குத் தெரியும் ஒரு பாடகனாக மட்டுமே நான் உன் முன்னால் வருகிறேன். நான் அடைய முடியாத உன் பாதங்களை எனது பாடலின் விரிந்து பறந்த சிறகுகளின் முனையால் தொடுகிறேன். பாடலின் மகிழ்ச்சி தந்த போதையில் என்னை மறந்து என் இறைவனான உன்னை நண்பன் என அழைத்துவிட்டேன்.

3

எவ்வளவு அற்புதமாக நீ பாடுகிறாய் என் தலைவனே! அமைதியாக வியப்புடன் நான் அதைக் கேட்டுக் கொண்டிருக்கிறேன்.

உனது பாடலின் தீபம் உலகில் ஒளி ஏற்றுகிறது.

உனது பாடலின் உயிர்மூச்சு வானமெங்கும் பரவுகிறது. உனது பாடல் எனும் புனிதமான ஆறு, தடைகளென நிற்கும் பாறைகள் அனைத்தையும் உடைத்துக்கொண்டு ஓடுகிறது.

என் இதயம் உன் பாடலில் இணைந்து கொள்ள ஆசைப்படுகிறது. ஆனால் என் குரல் ஒரு ராகத்திற்காக வீணாகப் போராடிக் கொண்டிருக்கிறது. என்னால் பேச இயலுகிறது, என் குரல் பாடலாக வெளிவரவில்லை. குழப்பத்தின் வேதனையில் அழுகிறேன். உன் பாடல் என்னும் முடிவில்லாத வலையில் என் இதயத்தை சிறைவைத்தாய் என் இறைவனே.

4

என் உயிரின் உயிரே, என் உடலின் மீது உனது உயிரோட்டமுள்ள தீண்டுதல் இருக்கிறது என்பதை நினைவில் கொண்டு எப்பொழுதும் என் உடலைத் தூய்மையாக வைத்திருக்க முயற்சி செய்கிறேன். மிகப் பெரிய உண்மையான நீ எனது மனதிலே அறிவென்னும் தீபத்தை ஏற்றுவதால், உண்மையில்லாத அனைத்தையும் எப்பொழுதும் என் நினைவுகளிலிருந்து விலக்கி வைக்க ஆசைப்படுகிறேன். எனது இதயத்தின் ஆழத்தில் உள்ள ஆலயத்தில் நீ இடம் பிடித்திருப்பதை அறிந்து, மலரிலே என் அன்பை வைத்து, எல்லாத் தீங்குகளையும் என் இதயத்திலிருந்து விரட்டி விட எப்பொழுதும் போராடுகிறேன். உனது சக்தியே எனது ஒவ்வொரு செயல் முயற்சிக்கும் வலிமை தருவதால், எனது எல்லா முயற்சிகளிலும் உனது சக்தியை வெளிப்படுத்திக் காண்பிக்கிறேன்.

5

கணநேரம் உன் அருகில் அமர்தலை அனுபவிக்க வேண்டும் என்று கேட்கிறேன். என் கையிலுள்ள வேலைகளை பிறகு செய்து முடிப்பேன்.

உன் முகத்தைக் காணவில்லை என்றால் என் இதயம் அமைதியை இழக்கிறது. கடமைகள் என்னும் கரையில்லாக் கடலில் எனது வேலைகள் கடுமையாகி முடிவில்லாமல் நீண்டு கொண்டே போகிறது.

ஆறுதல் அளிக்கின்ற ஆர்வத்துடன் பெருமூச்சுவிட்டபடி இன்று இளவேனில் என் சன்னலருகே வந்தது, மலர்க்காட்டின் அரசவையிலே பாணர்களைப் போல வண்டுகள் பாட்டி சைக்கின்றன.

நாம் ஒன்றாக நெருங்கி அமர்ந்து ஒருவர் முகத்தை ஒருவர் பார்த்த வண்ணம், அமைதியான இந்த ஓய்வு நேரத்தில் வாழ்க்கையின் சமர்ப்பணப் பாடலைப் பாட இதுவே சரியான தருணம்.

6

இந்த சிறிய மலரைப் பறித்து எடுத்துக் கொள், தாமதம் செய்யாதே! அது வாடிவதங்கிப் புழுதியில் விழுந்து விடக்கூடும் என்று அஞ்சுகிறேன்.

உன் மலர் மாலையில் அதற்கு ஓர் இடம் கிடைக்காமல் போகலாம். ஆனால் உன் கைகளினால் சற்றே வலி தரும் படி தொடும் பெருமை தந்து அதைப் பறித்துக் கொள், இல்லையேல் நான் உணரும் முன் இந்த நாள் முடிந்து போய் விடுமே, வழிபாட்டு நேரம் தவறி விடுமே என்று அஞ்சுகிறேன்.

இப்பூவின் நிறமும், நறுமணமும் ஆழ்ந்ததாய் இல்லை என்றாலும் இதை உன் சேவையில் பயன்படுத்திக் கொள். நேரம் உள்ள போதே இதைப் பறித்துக் கொள்.

7

எனது பாடல் தன் ஒப்பனைகளைக் களைந்து விட்டாள். அவளுக்குத் தன் ஆடை அலங்காரங்களால் பெருமிதம் எதுவும் இல்லை. அணிகள் உனக்கும் எனக்கும் இடையில் வந்து நம் இணைவிற்குத் தடையாக இருக்கும். உனது தணிந்த குரல் ஒலியை அதன் கணீரென்ற ஒலி அடக்கி ஆட்கொள்ளும்.

உனது பார்வைக்கு முன் என் கவிதையின் செருக்கு வெட்கத்தில் மடிந்து போகிறது. ஓ பெருங்கவிஞனே, நான் உன் பாதங்களின் கீழே அமர்ந்து கொண்டிருக்கிறேன். நீ இன்னிசை கொண்டு நிரப்ப வேண்டும் என்பதற்காகவே மூங்கிலால் செய்யப்பட்ட ஒரு புல்லாங்குழலைப் போல என் வாழ்வை எளிமையானதாகவும் நேரானதாகவும் வைத்துக் கொள்வேன்.

$$8$$

இளவரசனுடைய ஆடைகளையும், கழுத்தில் நகைகளையும் அணிந்திருக்கும் ஒரு குழந்தை தன் விளையாட்டில் மகிழ்ச்சியை இழக்கிறான். அவன் எடுத்து வைக்கும் ஒவ்வொரு அடியிலும் அவனது ஆடை தடங்கல் செய்யும்.

கிழிந்து போகக்கூடும், புழுதி படிந்து அழுக்காகக் கூடும் என்று அஞ்சி, இவ்வுலகிலிருந்து விலகியே இருப்பான், நகரக் கூட அஞ்சுவான்.

பகட்டான உடை என்னும் தளை இந்த மண்ணின் ஆரோக்கிய மளிக்கின்ற புழுதியிலிருந்து விலக்கி வைக்குமானால், சாதாரண மனித வாழ்க்கை எனும் பெருவிழாவின் நுழைவாயிலுக்குள் செல்லும் உரிமையைப் பறிக்குமானால் அந்த உடையால் பயனேதும் இல்லை அம்மா!

9

ஓ அறிவிலி, உன் தோள்களின் மீது உன்னை நீயே சுமந்து செல்ல முயற்சி செய்கிறாயா! ஓ, யாசகனே, உன் வீட்டின் வாசல் முன்பாகவே வந்து யாசிக்கிறாயா!

அனைத்தையும் தாங்கும் அவனது கரங்களில் உன் சுமைகள் அனைத்தையும் தந்து விட்டு, நடந்ததை எண்ணி வருந்தாதிரு.

மூச்சுக்காற்று தீபத்தைத் தீண்டியவுடன் உனது ஆசைகள் அனைத்தும் ஒளியிழந்து போகின்றன. அது புனிதமில்லாதது. சுத்தமில்லாத கரங்களால் பெற்று வந்த பரிசுகளை ஏற்றுக் கொள்ளாதே. புனிதமான அன்பினால் தந்தவற்றை மட்டும் ஏற்றுக்கொள்.

10

ஏழ்மையானவர்களுக்கும் தாழ்மையானவர்களுக்கும் அனைத்தையும் இழந்து நிற்பவர்களுக்கும் மத்தியில் உன் பாதப்படியில் உன்பாதங்கள் ஆட்சி செய்கின்றன. உன் முன்னே நான் குனிந்து தலை வணங்க முயற்சி செய்யும் போது, ஏழ்மையானவர்களுக்கும், தாழ்மையானவர்களுக்கும் அனைத்தையும் இழந்து நிற்பவர்களுக்கும் மத்தியில், ஆழத்தில் நிற்கின்ற உன் பாதங்களை என்னால் அடைய முடியவில்லை.

ஏழ்மையானவர்களுக்கும் தாழ்மையானவர்களுக்கும், அனைத்தையும் இழந்து நிற்பவர்களுக்கும் நடுவில் நீ உலாவரும் நிலத்தில் கர்வம் நுழைவதற்கு வழிகிடைப்பதில்லை.

நண்பர்கள் இல்லாத ஏழ்மையானவர்கள், தாழ்மையானவர்கள், அனைத்தையும் இழந்து நிற்பவர்களுடன் நட்புக் கொண்டிருக்கும் உன்னை அடைய என் இதயத்திற்கு வழிகிடைக்கவில்லை.

11

பக்திப் பாடல்களைத் தொடர்ந்து பாடுவதையும், ஜெபமாலையை உருட்டுவதையும் விட்டு விடு. அடைக்கப்பட்டிருக்கும் ஆலயத்தினுள் தனியாக இருளில் ஒரு மூலையில் அமர்ந்து யாரை வழிபடுகிறாய்? கண்களைத் திறந்து பார். கடவுள் உன் முன் இருக்கமாட்டார்.

கடுமையான நிலத்தை உழுது வேளாண்மை செய்பவர்களிடம் உள்ளான். கல் உடைத்துச் சாலை அமைப்போர் அருகில் இருக்கின்றான். புழுதி படிந்த உடையணிந்து வெயிலிலும், மழையிலும் பணிபுரியும் தொழிலாளர்களிடம் இருக்கின்றான். தெய்வீகமான ஆடையைக் களைந்து விட்டு, அவனைப் போல் உடையணிந்து அந்த புழுதி படிந்த நிலத்திற்கு வா.

விடுதலை? இந்த விடுதலை எங்கே கிடைக்கும்? இறைவன் தன் படைப்புத் தொழிலை செய்யும் பொருட்டு மகிழ்ச்சியுடன் தன்னையே பிணைத்துக் கொண்டுள்ளான். என்றும் நம்முடன் கட்டுண்டிருக்கிறான்.

தியானத்திலிருந்து வெளியில் வா. மலர்களையும் நறுமணப் பொருட்களையும் ஒதுக்கிவை. உன்னுடைய ஆடை கந்தலாகி, கறைபடிந்து இருந்தால் என்ன இழப்பு? கடுமையான வேலை செய்து நெற்றியில் வியர்வை சிந்த அவனது இடத்திற்கு வந்து அவனருகில் நில்.

12

நீண்டநேரம் நீண்டதூரம் பயணம் செய்து விட்டேன். கதிரவன் உதயத்தின் முதல் வெளிச்சம் தென்பட்ட நேரத்தில் நான் தேரில் எனது பயணத்தைத் தொடங்கினேன். உலகத்தின் பாழ்நிலங்களில் பயணத்தை ஆரம்பித்து பல விண்மீன்களிலும் கோள்களிலும் எனது தடம் பதித்துச் சென்றேன்.

மிக நெருங்கிய உன்னை அடைய நீண்ட தூரம் விரைந்து பயணம் செய்ய வேண்டி இருந்தது. எளிமையான இசையை அடைய மிகக் கடுமையான பயிற்சி வேண்டியிருந்தது.

தன் சொந்த வீட்டை அடைய பயணி ஒவ்வொரு அந்நியருடைய கதவையும் தட்ட வேண்டியிருந்தது. இறுதியாக மனிதன் ஆழத்தில் உள்ள ஆலயத்தை அடைய வெளி உலகங்கள் பலவற்றிலும் அலைந்து திரிய வேண்டியிருந்தது. மூடுவதற்கு முன்னால் என் கண்கள் மிக தூரத்திற்கும், அகலத்திற்கும் அலைந்து திரிந்தபின் சொல்கின்றன, "நீ இங்கே இருக்கிறாய்" என்று:

'நீ எங்கே?' என்ற அழுகையின் வினா, பல ஆயிரம் ஓடைகளில் கரைந்து இந்தப் பிரபஞ்சத்தில், 'நான் இங்கே' என்ற வாக்குறுதியுடன் வெள்ளமாக வந்தது.

13

இன்று நான் பாட வந்த பாடல் பாடி முடிக்கப் பெறாமலே இருக்கிறது.

என் இசைக்கருவியில் சுருதி சேர்த்தும், சேர்க்காமலுமே என் வாழ்நாட்களைக் கழித்து விட்டேன்.

அதற்குச் சரியான நேரம் வரவில்லை. சொற்கள் சரியாக அமைக்கப் படவில்லை. அதைச் செய்ய வேண்டும் என்ற உளைச்சல் மட்டுமே என் இதயத்தில் இருக்கிறது.

மலர் இன்னும் விரியவில்லை. ஏக்கத்துடன் காற்று அதன் அருகில் இருக்கிறது.

அவனுடைய முகத்தை நான் பார்த்ததுமில்லை, அவனது குரலை நான் கேட்டதுமில்லை. எனது வீட்டின் முன்னால் உள்ள பாதையில் அவனுடைய மென்மையான காலடி ஓசையை மட்டுமே கேட்டிருக்கிறேன்.

தரையில் அவனுக்கான இருக்கையை விரித்து வைப்பதிலேயே இந்த நீண்ட வாழ்நாள் கழிந்து போனது. ஆனால் தீபம் இன்னும் ஏற்றப்படவில்லை. அவனை என் வீட்டிற்குள் வருமாறு அழைக்க முடியாது. அவனைச் சந்திப்பேன் என்ற நம்பிக்கையில் வாழ்கிறேன், ஆனால் அந்தச் சந்திப்பு இதுவரை நிகழவில்லை.

14

என் ஆசைகள் பலவற்றையும் வெளியிட்டு நான் கதறி அழுகிறேன். ஆனால் நீ திண்ணமாக எதையும் தர மறுத்து விடுகிறாய். என் வாழ்நாள் முழுவதும் இப்படியே உன் கருணையால் உறுதியுடன் மறுத்து என்னைக் காப்பாற்றுகிறாய்.

அதிகமாக நான் எதற்கும் ஆசைப்படாமல் இருக்குமாறு செய்வதன் மூலம் நான் கேட்காமலே எனக்கு அளிக்கும் பரிசுகளான வானம், ஒளி, இந்த உடல், உயிர், புத்தி ஆகியவற்றுக்கு என்னை நாளுக்கு நாள் அருகதையுடையவனாக்குகிறாய்.

சில போது நான் சோம்பேறித்தனமாக இருந்து விடுவதுண்டு. அவ்வப்போது நான் என் குறிக்கோள்களை ஆர்வத்துடனும் விழிப்புடனும் தேடிச் செல்வதுண்டு. ஆனால் நீ எனக்குக் கருணை காட்டாமல் என் பார்வைக்கு எட்டாமல் மறைந்தபடி இருந்து விடுகிறாய்.

என் இச்சைகளுக்கு இணங்காமல் இருப்பதால், தெளிவற்ற இச்சைகளினால் வரக்கூடிய ஆபத்துகளிலிருந்து என்னைக் காக்கிறாய், இதனால் என்னை நீ ஏற்றுக் கொள்வதற்கு ஏற்றவனாக்கி விடுகிறாய்.

15

உனக்குப் பாடல்களைப் பாடுவதற்காகவே நான் இங்கு இருக்கிறேன், உன்னுடைய இக்கூடத்தின் மூலையில் எனக்கு ஓர் இருக்கை உள்ளது.

உன் உலகில் நான் செய்ய ஒரு வேலையும் இல்லை; என் பயனற்ற வாழ்க்கை எந்தக் குறிக்கோளும் இல்லாத பாடல்களாக மட்டுமே வெளிவரும். நள்ளிரவில் இருண்ட கோயிலில் மௌனப் பூசைக்கு நேரமாகிவிட்டது என்று அழைக்கும் மணியோசை கேட்கும் போது என் அரசே, உன் முன் நின்று பாடும் படி எனக்கு உத்தரவிடு.

காலைப்பொழுதில் முகிழ்த்த காற்றில் அந்தத் தங்கயாழ் சுருதி சேர்க்கப்படும் போது என் அரசே, என்னை அங்கிருக்கும்படி ஆணையிட்டு எனக்குப் பெருமை சேர்க்க வேண்டும்.

16

இந்த உலகின் மகிழ்ச்சித் திருவிழாவிற்கு நான் அழைக்கப்பட்டிருக்கிறேன். அதனால் எனது வாழ்க்கை ஆசிர்வதிக்கப்பட்டிருக்கிறது. என் கண்கள் பார்த்தன. என் செவிகள் கேட்டன.

இந்தத் திருவிழாவில் எனது யாழை வாசிக்க எனக்கு ஒரு வாய்ப்புக் கிடைத்தது. என்னால் முடிந்த அளவு நான் பாட்டிசைத்தேன்.

இப்பொழுது நான் கேட்கிறேன். கடைசியாக உள்ளே சென்று நான் உன் முகத்தை பார்த்து எனது அமைதியான வணக்கத்தை சொல்லும் நேரம் வந்து விட்டதா?

17

கடைசியாக உன் கரங்களில் என்னை ஒப்படைக்க உன் அன்பிற்காகக் காத்திருக்கிறேன், காலங்கடந்துவிட்டது. அதனால் நான் அவ்வாறு விட்டு விட்டதை நினைத்துக் குற்ற உணர்வில் இருக்கிறேன்.

அவர்கள் என்னைக் கட்டளையாலும் சட்டத்தாலும் விரைவாகக் கட்டிப் போட வருகிறார்கள். ஆனால் நான் என்றும் அவர்களிடம் அகப்படாமல் தப்பித்துச் செல்கிறேன். கடைசியாக என்னை உன் கரங்களின் ஒப்படைக்க உன் அன்பிற்காக மட்டும் காத்திருக்கிறேன்.

அக்கறையில்லாதவன் என்று அவர்கள் என்மீது குற்றம் சுமத்துகிறார்கள். அவர்கள் என்னைக் குற்றப்படுத்துவதும் நியாயமானதே, ஐயமில்லை.

சந்தை நாளும் முடிந்து போனது. வேலைகள் எல்லாம் விரைவாக முடிக்கப்பட்டுவிட்டன. என்னை அழைத்துச்செல்ல வந்தவர்களெல்லாம் தங்கள் முயற்சி வீணானதால் சீற்றத்துடன் திரும்பிச் சென்று விட்டனர், கடைசியாக என்னை உன் கரங்களில் ஒப்படைக்க உன் அன்பிற்காக மட்டும் நான் காத்திருக்கிறேன்.

18

மேகங்கள் மீது மேகங்கள் குவிந்து இருளைப் பெருக்குகிறது. என் அன்பே, கதவிற்கு வெளியே என்னை ஏன் தனிமையில் காத்திருக்க வைக்கிறாய்? பகல்பொழுது வேலைகளின் சுறுசுறுப்பான தருணங்களில் நான் கூட்டத்துடன் இருக்கிறேன் ஆனால் இந்த இரவு நேரத்தில் நான் உனக்காக நம்பிக்கையுடன் காத்திருக்கிறேன். நீ உன் முகத்தை எனக்குக் காட்டவில்லை என்றால், நீ என்னைத் தனியாக ஒதுக்கி வைத்தாய் என்றால் இந்தக் கடுமையான மழைப்பொழுதை நான் எப்படிக் கழிப்பேன்? வெகு தூரத்திற்கப்பால் உள்ள வானத்தின் இருளைக் கூர்ந்து பார்த்துக் கொண்டிருக்கிறேன். அமைதியற்ற காற்றுடன் என் இதயமும் ஓலமிட்டு அலைந்து திரிந்து கொண்டிருக்கிறது.

19

நீ பேசவில்லை என்றால் உன் மௌனத்தால் என் இதயத்தை நிறைத்துக் கொண்டு அமைதி அடைவேன். விண்மீன்கள் காவல்காக்கும் இரவைப் போல், தலைகுனிந்தவாறு பொறுமையுடன் நான் அசையாமல் காத்திருப்பேன். காலைப் பொழுது கட்டாயம் வரும் இருள் மறையும் உன்னுடைய குரல் தங்கத்தாரைகள் போல் வழிந்து வரும். அப்பொழுது என் ஒவ்வொரு குருவிக் கூட்டிலிருந்தும் உன் சொற்கள் பறந்து வரும். என் கானகத்திலிருந்து உன்னுடைய இன்னிசை, பூத்துக்குலுங்கும் மலர்களாக வெளிவரும்.

20

அந்தத் தாமரை மலர்ந்த அந்த நாள், என் மனம் என்னிடமில்லாமல் அலை பாய்ந்தது. எனக்கு எதுவுமே தெரியவில்லை. எனது கூடை காலியாக இருந்தது. பூ கவனிக்கப்படாமல் இருந்தது.

இப்போது மீண்டும் ஒரு சோகம் என் மீது படர்ந்தது. கனவிலிருந்து நான் விழித்துக் கொண்டேன். புதுமையான மணத்தின் இனிமை தென்றலில் மிதந்து வந்தது.

அந்தத் தெளிவில்லாத மணம் ஏக்கத்துடனான ஒரு வலியை என் இதயத்தில் ஏற்படுத்தியது. அது முடியப் போகும் இளவேனிலில் ஆர்வப் பெருமூச்சு என்று எனக்குத் தோன்றியது.

அது மிக அருகில் உள்ளது. அது என்னுடையது. இந்த நிறைவான இனிமை எனது இதயத்தின் ஆழத்திலிருந்து தான் மலர்ந்திருக்கிறது என்று எனக்கு அப்போது தெரியவில்லை.

21

எனது படகை இப்பொழுது நான் செலுத்த வேண்டும். கரையில் அது காத்திருக்கும் காலம் கடந்து கொண்டே இருக்கிறது. அந்தோ எனக்காகக் காத்திருக்கிறது.

மலரும் பருவத்தை முடித்துக் கொண்டு வசந்தமும் சென்றுவிட்டது. நிறம்மங்கி வாடிவதங்கிப் போன மலர்களைச் சுமந்து கொண்டு நான் காலதாமதப்படுத்திக் காத்திருக்கிறேன்.

அலைகளின் ஆரவாரம் அதிகமாகிக் கொண்டிருக்கிறது. கரையில் உள்ள தெருவின் நிழலில் மரங்களின் பழுப்பு இலைகள் சடசடவென்று உதிர்கின்றன.

என்னுள் ஏன் இந்த வெறுமை எட்டிப்பார்க்கிறது! வெகுதூரத்திற்கப்பால் அக்கரையிலிருந்து காற்றில் மிதந்து வரும் இசையின் சிலிர்ப்பை உன்னால் உணர முடியவில்லையா?

22

இந்த ஆவணி மாதத்து மழைநாட்களின் கடுமையான இருளில் அனைவரின் பார்வையிலிருந்தும் நழுவி, இரவைப் போல் அமைதியாக நடந்து வந்தாய்.

இன்று காலைப்பொழுது தன் கண்களை மூடிக் கொண்டது. குறிக்கோளின்றி உரக்கக் கூவிக் கொண்டு தெற்கிலிருந்து வருகின்ற காற்று, என்றும் தூங்காது விழித்திருக்கும் நீல வானத்தை இழுத்து மூடியிருக்கும் திரைச்சீலை.

மரங்களெல்லாம் பாடல் ஓசைகளின்றி அமைதியாக இருக்கின்றன. ஒவ்வொரு வீட்டிலும் கதவுகள் அடைக்கப்பட்டிருக்கின்றன. இந்தத் தனிமையான சாலையிலே நீ மட்டுமே ஒரு வழிப் போக்கனாய் இருக்கிறாய் ஓ எனது ஒரே நண்பனே, என் நெருங்கிய நண்பனே எனது வீட்டின் கதவுகள் திறந்திருக்கின்றன. ஒரு கனவைப் போல் நீ கடந்து போய் விடாதே.

23

இந்தக் காதல் பயணத்தில் புயலடிக்கும் இரவில் வேறு எங்கேனும் தூரத்தில் இருக்கிறாயா என் நண்பனே? நம்பிக்கை இழந்து நிற்பவரைப் போல் வானம் வேதனைக் குரல் எழுப்புகிறது. இரவில் எனக்கு உறக்கமில்லை, எனது நண்பனே! மீண்டும் மீண்டும் நான் கதவைத் திறந்து இருளில் வெளியே பார்க்கிறேன்.

எதையும் என்னால் காண முடியவில்லை. நீ நடந்து செல்லும் பாதை எங்கே என்று எனக்குத் தெரியவில்லை.

மையிருள் ஆற்றின் மங்கலான கரையில் எங்கேனும், அடர்ந்த காற்றின் தூரத்து முனையில் எங்கேனும், எந்த மங்கலான வெளிச்சத்தில் சிக்கலான பாதையில் என்னிடம் வர வழி தேடிக் கொண்டிருக்கிறாய் என் நண்பனே?

24

இந்த நாள் முடிந்து விட்டால், பறவைகள் இனிப் பாட முடியாது என்றால், காற்று உற்சாகம் குன்றி தளர்ந்து போய் விட்டால், இந்த உலகை உறக்கம் என்னும் போர்வை கொண்டு சுற்றி மூடுவதைப் போல், அந்திப்பொழுதில் வாடிப் போன தாமரை மலரின் இதழ்களை மெதுவாக மூடுவதைப் போல் என் மீது அடர்ந்த இருள் என்னும் திரைச்சீலையை இழுத்து மூடிவிடு.

பயணம் முடியும் முன்பே பையிலிருந்த உணவுப்பொருட்கள் தீர்ந்துவிட்ட, கிழிந்த புழுதி படிந்த ஆடை அணிந்திருக்கின்ற, பலமெல்லாம் இழந்து களைத்துப் போயிருக்கின்ற வழிப்போக்கனிடமிருந்து அவன் நாணத்தையும் வறுமையையும் நீக்கி, உன்னுடைய கருணை இரவின் போர்வையின் கீழே உள்ள ஒரு புதிய மலரைப் போல் மாற்றிப் புதிதாக்கு.

25

பலம் குன்றிய இந்த இரவில் உன் மீது நம்பிக்கை வைத்துப் போராட்டமின்றி உறங்க என்னை நான் தயாராக்கிக் கொள்கிறேன்.

பலவீனமான தொழுகையில் ஈடுபட என்னுடைய பலம் குன்றிய ஆன்மாவை வற்புறுத்த மாட்டேன்.

நீதான் சலிப்படைந்த கண்களின் மேல் மூடியுள்ள இரவின் இருண்ட திரைச் சீலையை நீக்கி, காலை ஒளியின் புதிய மகிழ்ச்சியுடனான விழிப்பில் பார்வையைப் புதுப்பிக்கிறாய்.

26

அவன் வந்து என்னருகில் அமர்ந்தான், ஆனால் நான் விழித்துக் கொள்ளவில்லை, அப்படி என்ன ஒரு சாபக்கேடான உறக்கம் அது, ஓ என்னே என் துயரம்!

அமைதியான இரவில் அவன் வந்தான். அவன் தன்யாழைக் கையில் வைத்திருந்தான். அதனுடைய இனிமையான பாடல்கள் என் கனவில் எதிரொலிக்கின்றன.

அந்தோ, ஏன் என் இரவுகள் எல்லாம் அப்படி நழுவிச்சென்றன? அவனுடைய மூச்சு உறங்கிக் கொண்டிருக்கும் என் விழிகளைத் தொட்ட போது, அவனைக் காணும் வாய்ப்பை நான் ஏன் தவறவிட்டேன்?

27

ஒளிப்பிழம்பு, ஒ ஒளிப்பிழம்பு எங்கே இருக்கிறது? ஆர்வம் என்னும் நெருப்பு கொண்டு அதைப் பற்றவை. விளக்கு இருக்கிறது ஆனால் மின்னுகின்ற சிறுபிழம்பு கூட இல்லை. இதுதான் என்னுடைய விதியா என் இதயமே? உன்னிடமிருந்து விலகி இருப்பதை விட மரணமே மேலானது. துன்பம் கதவைத் தட்டுகிறது. அவள் தரும் செய்தி இதுதான்: கடவுள் உறங்காமல் காத்திருக்கிறார் இரவப்பொழுதில் உன்னுடன் ஒரு சந்திப்பை வேண்டி அழைக்கிறார்.

மேக மூட்டத்தால் வானத்தில் இருள் படர்ந்திருக்கிறது. இடைவிடாது மழை பொழிந்து கொண்டிருக்கிறது. எது என்னைக் கலங்க வைத்துக் கொண்டிருக்கிறது என்று எனக்குத் தெரியவில்லை. அதன் பொருள் எனக்குத் தெரியவில்லை கண நேர மின்னல் ஒளி ஓர் ஆழ்ந்த சோகத்தை என் பார்வையில் கொண்டு வந்து சேர்க்கிறது, என்னை அழைக்கும் இரவின் இசையை நோக்கிச் செல்ல என் கண்களும் இதயமும் வழியைத் தடவித் தேடுகிறது.

ஒளிப்பிழம்பு எங்கே, ஒ ஒளிப்பிழம்பு எங்கே? ஆர்வம் என்னும் எரிகின்ற நெருப்பு கொண்டு அதைப் பற்றவை.இடியோசை கேட்கிறது. பயனற்ற அலறலுடன் காற்று வேகமாக வீசுகிறது. சாணைக் கல் போல் இரவு கறுத்திருக்கிறது. இந்த இருளில் நேரம் நகராதிருக்கட்டும். அன்பென்னும் விளக்கை உன் உயிரால் பற்றவை.

28

பிடிவாதங்கள் வளர்ச்சியைத் தடுத்துக் கொண்டிருக்கின்றன. ஆனால் அவற்றை முடிவுக்குக் கொண்டு வர முயற்சி செய்கையில் என் இதயத்தில் வேதனை தோன்றுகிறது.

சுதந்திரம் மட்டுமே எனக்கு வேண்டும் ஆனால் அதைப் பெற நினைக்கும் போது வெட்கப்படுகிறேன்.

விலைமதிப்பில்லா செல்வங்கள் உன்னிடம் உள்ளன என்று எனக்கு உறுதியாகத் தெரியும். நீயே எனது மிகச் சிறந்த நண்பன். ஆனால் என் அறையை அலங்கரிக்கும் மலிவான பகட்டுப் பொருட்களை எல்லாம் வெளியில் ஒதுக்கித்தள்ள எனக்கு மனமில்லை.

என் மீது சுற்றப்பட்டிருக்கும் துணி புழுதியாலும் மரணத்தாலும் ஆன துணி மட்டுமே. அதை நான் வெறுக்கிறேன். எனினும் அன்புடன் அவற்றைத் தழுவிக் கொள்கிறேன்.

என் கடன் சுமையோ பெரிது, எனது தோல்விகள் மிகுதியானவை, எனது அவமானங்கள் ரகசியமானதும் பளுவானதுமாகும். இருப்பினும் என் நன்மைக்காக உன்னிடம் வந்து வேண்டி நிற்கும் போது, என் வேண்டுதல்கள் மறுக்கப்பட்டு விடுமோ என்ற அச்சத்தில் நான் நடுங்குகிறேன்.

29

என்னுடைய பெயரில் மறைந்து கொண்டிருப்பவன் இந்தச் சிறைக்குள் அழுது கொண்டிருக்கிறான். சுற்றிலும் இந்தச் சுவரை தீவிரமாக எழுப்பிக் கொண்டிருக்கிறேன். அந்தப் பெயர் நாளுக்கு நாள் வானத்தின் எல்லைவரை வளரவளர என்னுடைய உண்மையான ஒளியை அதன் இருண்ட நிழலில் தொலைத்து விடுகிறேன்.

இந்தப் பாதுகாப்பு அரணை உருவாக்குவதில் நான் பெருமை அடைகிறேன். இந்தப் பெயரில் ஒரு சிறுதுளை கூட ஏற்படாதவாறு துகள்களைக் கொண்டும், மணல்களைக் கொண்டும் பூசி பழுதில்லாமல் சுத்தமாக்குவதால் அதில் என் சுய ஒளி உருவத்தை இழந்து விடுகிறேன்.

30

நான் உன்னுடனான ஒரு சந்திப்பிற்காகத் தனியாக வந்தேன். ஆனால் இந்த அமைதியான இருளில் யார் என்னைப் பின் தொடர்கிறார்கள்?

அவனை விட்டு விலக எண்ணி, பக்கத்தில் ஒதுங்குகிறேன். ஆனால் அவனிடமிருந்து தப்பிக்க முடியவில்லை.

ஆனால் அவன் தன் ஆணவமான நடையால் மண்ணிலிருந்து புழுதியைக் கிளப்புகிறான். நான் கூறும் ஒவ்வொரு சொல்லையும் தன் பெருங்குரலால் ஒலிக்கிறான்.

அவன் என்னுடைய சிறிய உருவமே. அவனுக்கு வெட்கம் இன்னதென்று தெரியவில்லை. ஆனால் அவன் துணையுடன் உன் இடத்திற்கு வர நான் வெட்கப்படுகிறேன்.

31

"கைதியே, உன்னைக் கட்டிப் போட்டது யார் என்று என்னிடம் சொல்". "அது என் தலைவன்?" கைதி சொன்னான். செல்வ வளத்தையும் பலத்தையும் கொண்டு இந்த உலகில் உள்ள அனைவரையும் வெல்ல முடியும் என்று நினைத்தேன், அதனால் என் அரசனுக்குச் சொந்தமான அனைத்தையும் எடுத்து என் கருவூல அறையில் குவித்தேன். உறக்கம் என்னைத் தழுவிய போது என் அரசனுக்குச் சொந்தமான படுக்கையின் மீது படுத்தேன். கண் விழித்த போது என் கருவூல அறையிலேயே ஒரு கைதியாக இருக்கக் கண்டேன்.

"கைதியே யார் இந்த உடைக்க முடியாத சங்கிலியை உருவாக்கினார்கள் என்று என்னிடம் சொல்"

"அது நான் தான்" கைதி சொன்னான் "கொல்லன் உலைக் களத்தில் மிகவும் கவனமாக இந்தச் சங்கிலியை உருவாக்கினேன். வெல்லக் கூடிய என் பலத்தைக் கொண்டு, என் சுதந்திரத்தில் யாரும் குறுக்கிட முடியாதவாறு இந்த உலகத்தைச்சிறை பிடித்து வைப்பேன் என்று எண்ணினேன். அதனால் பெருங்கனலாலும், கடுமையான சம்மட்டி அடிகளாலும் இரவுபகலாக அந்தச் சங்கிலியைத் தயாரிக்கப் பாடுபட்டேன். கடைசியாக அந்தப் பணி முடிந்து அதன் பிணைப்புகள் எல்லாம் முழுமையடைந்து உடைக்க முடியாததாக அது இருந்தது. அது தான் இறுக்கமான பிடியில் என்னை வைத்திருக்கக் கண்டேன்.

32

இந்த உலகில் என்னை நேசிப்பவர்கள் அனைவரும் என்னைப் பாதுகாத்துப் பிணைத்துக் கொள்ள எல்லா வழிகளிலும் முயற்சி செய்கிறார்கள். ஆனால் உன் அன்பு அவர்களுடைய அன்பை விட உயர்வானது. நீ என்னைப் பிணைத்து வைக்கவில்லை சுதந்திரம் தருகிறாய்.

நான் அவர்களை மறக்காதிருக்க வேண்டும் என்பதற்காக அவர்கள் என்னைத் தனியாக விடுவதில்லை. ஆனால் நாட்கள் ஒவ்வொன்றாய்ச் செல்லச்செல்ல பார்வையிலிருந்து அவர்கள் மறைந்து போகிறார்கள்.

எனது வழிபாடுகளில் உன்னை நான் அழைக்கா விட்டாலும், உன்னை என் இதயத்தில் வைத்திருக்காவிட்டாலும் எனக்கான உன் அன்பு என்றும் என் அன்பிற்காகக் காத்திருக்கிறது.

33

அன்று அவர்கள் என் வீட்டிற்கு வந்த போது, 'இங்கிருக்கும் சிறிய அறையை மட்டும் எடுத்துக் கொள்கிறோம்' என்று கூறினார்கள்.

'உங்களுடைய இறைவழிபாட்டில் உங்களுக்கு உதவி புரிகிறோம். இறைவனது அருளில் எங்களுடைய பங்கை தாழ்மையுடன் ஏற்றுக் கொள்கிறோம், என்று கூறி ஒரு மூலையில் போய் அவர்கள் அமைதியாகவும் பணிவாகவும் அமர்ந்து கொண்டார்கள்.

ஆனால் இரவின் கூரிருளில் அவர்கள் எனது புனிதமான ஆலயத்திற்குள் பலமாகவும் வேகமாகவும் நுழைந்து இறைவனது காணிக்கை மேடையில் வைத்திருந்த காணிக்கைப் பொருட்களை நியாயமற்ற பேராசையுடன் அவசரமாகக் கவர்ந்து எடுப்பதைக் கண்டேன்.

34

என்னுள் எஞ்சி நிற்கும் சிறு துணுக்கு மட்டும் தான் உன்னை எனக்கு அனைத்துமாக ஆக்குகிறது.

என்னுள் எஞ்சி நிற்கும் அந்தத் துணுக்கு மட்டும் தான் எல்லா திசைகளிலும் நீ இருப்பதை உணர வைக்கிறது, அனைத்திலுமே நீ இருப்பதைக் காண முடிகிறது, ஒவ்வொரு கணமும் என் அன்பை உனக்குத் தந்து கொண்டிருக்கிறது.

என்னுள் விஞ்சி நிற்கும் சிறு துணுக்கு மட்டும் தான் நான் என்றும் உன்னிடம் மறைத்து வைக்காதது.

என்னுள் இருக்கும் அந்தச்சிறு பிணைப்பு மட்டும் எஞ்சி நிற்கட்டும். அது என்னை உன்னுடன் வாழ்நாள் முழுவதும் இணைக்கட்டும். உனது நோக்கம் என் வாழ்நாள் முழுவதும் உடன் வரட்டும். அது என்னைக் கட்டி வைக்கும் உன் அன்பு முடிச்சாக இருக்கட்டும்.

35

எங்கே மனம் அச்சமின்றி இருக்கிறதோ, எங்கே தலை நிமிர்ந்து நிற்கிறதோ, எங்கே அறிவு சுதந்திரமாக செயல்படுகிறதோ; எங்கே உலகம் குறுகிய சுவர்களால் சிறு சிறு துண்டுகளாக்கப் படாமல் இருக்கிறதோ; எங்கே சொற்கள் உண்மையின் ஆழத்திலிருந்து வருகின்றனவோ; எங்கே ஒன்றை அடையப் போராடும் முயற்சி சோர்வடையாமல் முழுமையை நோக்கித் தன் வலுவான கரங்களை விரிவடையச் செய்கிறதோ;

எங்கே பகுத்தறிவு எனும் ஓடை மூடப்பழக்க வழக்கமெனும் இருண்ட பாலைவனத்தின் மணலில் தன் வழியைத் தொலைத்து விடாமல் இருக்கிறதோ;

எங்கே மனம் பரந்த சிந்தனைகளிலும் செயல்களிலும் முன்னோக்கிச் செல்கிறதோ;

அந்த சுதந்திரமான சொர்க்கத்தில், இறைவனே, எனது நாடு விழித் தெழட்டும்.

36

இது உன்னிடம் எனக்குள்ள வேண்டுகோள் இறைவா .... எனது இதயத்தில் உள்ள வறுமையை வேரோடு வெட்டி வீழ்த்திவிடு.

மகிழ்ச்சியையும் துன்பத்தையும் எளிதாகத் தாங்கிக் கொள்ளும் சக்தியை எனக்குக் கொடு.

சேவையில் எனது கனிவான அன்பு முழுமையடைய எனக்கு சக்தி கொடு.

ஏழ்மையின் மீது நான் அதிகாரம் செலுத்தாமலும், கர்வத்தின் வல்லமையின் முன் அடிபணியாதிருக்கவும் எனக்கு சக்தி கொடு.

அன்றாட வாழ்வின் அற்பப் பொருள்களிலிருந்து என் மனம் உயர்ந்து நிற்க சக்தி கொடு.

அன்புடன் உன்னை வணங்கிச் சரணடைய எனக்குச் சக்தி கொடு.

37

நான் நினைத்தேன், எனது பயணம் முடிவுக்கு வந்திருக்கிறது, என் சக்தி முடிந்து போனது, எனக்கு முன் உள்ள பாதை மூடப்பட்டது, வழிகளெல்லாம் முடிந்து விட்டன, பிறர் அறியாத அமைதியான நிலையில் ஓய்வெடுக்கும் நேரம் வந்துவிட்டது என்று. ஆனால் நீ என்னுள் முடிவில்லாதவனாய் இருக்கிறாய் என்பதை அறிகிறேன். பழைய சொற்கள் எல்லாம் என் நாவிலிருந்து மறைந்த போது புதிய இன்னிசை என் இதயத்திலிருந்து உருவாகிறது; பழைய பாதைகளெல்லாம் தொலைந்த போது, அற்புதங்களுடன் கூடிய ஒரு புதிய பூமி தென்படுகிறது.

38

எனக்கு நீ வேண்டும், நீ மட்டும் தான் வேண்டும்........என்னுடைய இதயம் முடிவில்லாமல் இதையே திரும்பத் திரும்பக் கூறிக் கொண்டிருக்கிறது. இரவும் பகலும் என் கவனத்தை எல்லாம் திசை திருப்பும் ஆசைகள் அனைத்தும் பொய்யானவை; முற்றிலும் வெறுமையானவை.

ஒளியைத் தனக்குள்ளேயே மறைத்து வைத்துக் கொண்டு அதற்காகப் பிரார்த்தனை செய்யும் இரவைப் போல, கட்டுக்கடங்கா மனதின் ஆழத்திலிருந்து கேட்கும் அழுகை ஒலி 'எனக்கு நீ வேண்டும், நீ மட்டும் தான் வேண்டும்' என்பதாகத் தான் இருக்கிறது.

புயல் அமைதியாகி ஓயும் வரை அமைதிக்கு எதிராக வீசி அடித்து மோதுவது போல், என்னுடைய வெறி பிடித்த கிளர்ச்சி உனக்கு எதிராக மோதினாலும் எனது அழுகை, 'எனக்கு நீ வேண்டும், நீ மட்டும் தான் வேண்டும்', என்பதாகத் தான் இருக்கிறது.

39

இதயம் உலர்ந்து கல்லாக இறுகியுள்ள போது கருணை என்னும் மழையுடன் என்னிடம் வர வேண்டும். வாழ்க்கையில் அருள் இல்லாமல் போகும் போது மழையெனப் பொழியும் பாட்டிசைத்தவாறு வர வேண்டும். ஆரவாரம் மிக்க வேலைகளில் நான் மூழ்கியுள்ள போது மௌனத்தின் அரசனே! என்னருகே வந்து எனக்கு அமைதியையும் ஓய்வையும் அளிக்க வேண்டும். என் வறிய இதயம் வாடியபடி ஒரு மூலையில் அடைபட்டு முடங்கிக் கிடைக்கும்போது,

என் அரசே, கம்பீரமாக அணிகலன்களை அணிந்தவாறு என்னருகே வர வேண்டும். தெளிவற்ற நிலையில் நான் தூசு படிந்த மனதுடன் ஆசைகளால் கட்டுண்டவாறு இருக்கும் போது புனிதமானவனே. உந்தன் ஒளியுடன் கூடிய இடியுடன் வந்து என்னை எழுப்பி விட வேண்டும்.

40

என் இறைவனே, என்னுடைய வறண்டு போன இதயத்தில் நீண்ட நெடுங்காலமாக மழை பொழியா திருந்துவிட்டது. தொடுவானம் மூர்க்கத்தனமான வெறுமையில் இருக்கிறது மழைத்துளியை சுமந்து வரும் ஒரு மேகக்கீற்றோ, மழை வருவதற்கான எந்தவிதமான அறிகுறியோ தென்படவில்லை.

மரணத்தைப் போன்று இருண்ட, பெருஞ்சீற்றம் கொண்ட புயலை அனுப்பு, இது உன் விருப்பமென்றால் மின்னல் எனும் சவுக்கு கொண்டு வானத்தின் எல்லைவரை அடித்துத் திடுக்கிடச் செய்.

ஆனால் இந்த ஊடுருவிப் பரவுகின்ற, சந்தடியற்ற, உணர்ச்சிமிக்க, கொடுமையான, பெரும் அச்ச மூட்டி நம்பிக்கை இழக்க வைத்து இதயத்தைச் சுட்டெரிக்கின்ற தனிமையின் வெம்மையைத் திரும்ப எடுத்துக் கொள்.

தந்தை கடுங்கோபம் கொண்டு குழந்தையைக் கண்டிக்குங்கால் கண்ணீருடன் பார்த்து நிற்கும் தாயைப் போல, மேலிருந்து உன் கருணை எனும் மேகம் எனக்காக இறங்க வேண்டும்.

41

எல்லோரிடமிருந்தும் மறைந்து நிழலில் எங்கே ஒளிந்திருக்கிறாய் என் அன்பே? இந்தப் புழுதி நிறைந்த பாதையிலே உன்னை ஒன்றுமில்லாதவனாக எண்ணி ஒதுக்கியும் கடந்தும் செல்கிறார்கள், உனக்காக நான் மலர்களைக் கொண்டு வந்து தட்டிலே பரப்பி வைத்து பல மணி நேரம் காத்திருந்து சோர்ந்து போனேன். பாதையைக் கடந்து போகும் ஒவ்வொருவரும் ஒவ்வொரு பூவாக எடுத்துச் சென்றதால் கிட்டத்தட்ட என்தட்டம் காலியாகிப் போனது.

காலை நேரம் முடிந்து மதியம், பின் மங்கிய மாலைப்பொழுது உறக்கம் என் கண்களைச் சுழற்றுகிறது. வீட்டிற்குத் திரும்பச் செல்லும் ஆடவர் என்னைப் பார்த்துச் சிரித்துச் செல்ல என்னுள் வெட்கம் நிறைகிறது. என் புடவை முந்தானையை எடுத்து முகத்தை மறைத்துக் கொண்டு அமர்ந்திருக்கிறேன். எனக்கு என்ன வேண்டும் என்று அவர்கள் கேட்கும்போது, பதில் கூறாது கண்களைத் தாழ்த்தித் தரையைப் பார்க்கிறேன்.

நீ வருவதாகத் தந்த வாக்குறுதியை நம்பி, உனக்காகத் தான் காத்திருக்கிறேன் என்று எப்படி அவர்களிடம் சொல்ல முடியும்? நீ அன்பான ஆதரவுடன், என்னை ஏற்றுக் கொள்வதற்குக் கைமாறாகத் தருவதற்கு நான் எனது வறுமையைத் தான் வைத்திருக்கிறேன் என்று கூற மிகவும் வெட்கப்படுகிறேன். நீ ரகசியமாகத் தந்த வாக்குறுதியால் என் இதயம் பெருமிதப்படுகிறது.

இந்தப் புல்தரை மீது அமர்ந்து வானத்தைப் பார்த்து, நீ திடீரென இங்கு வந்தால் எப்படி இருக்கும் என்று கனவு காண்கிறேன்.விளக்குகள் எல்லாம் சுடர்விட்டு எறியும், உன் தேரின் மீது தங்கக் கொடிகள் பறக்கும், உன் இருக்கையிலிருந்து நீ கீழிறங்கி வந்து இந்த ஏழைப் பெண்ணான என்னைப் புழுதியிலிருந்து தூக்கி உன் அருகில் அமரவைப்பாய், அதைக் கண்டு பாதை ஓரத்தில் நிற்பவர்கள் வியப்பில் வாய்பிளந்து நிற்பார்கள். இளவேனிற் தென்றலில் அசைந்தாடும் கொடிபோல நான் வெட்கத்திலும் பெருமையிலும் நடுங்குவேன்.

நேரம் நழுவிச் சென்று கொண்டிருக்கிறது. உனது தேர்ச்சக்கரங்களின் ஓசை கேட்கவில்லை. பேரிரைச்சலுடனும் பெரும் அமளியுடனும் மற்றவர்கள் கவனத்தை ஈர்க்கும் வகையில் மக்கள் கூட்டம் ஊர்வலமாகக் கடந்து போய்க் கொண்டிருக்கிறது. நீ இன்னும் நிழலில் அமைதியாக அவர்களுக்குப் பின்னால் நின்று கொண்டிருக்கிறாயா? நான் உனக்காக அழுகையுடன் காத்திருந்து காத்திருந்து என் இதயம் உடைந்து போக வேண்டுமா?

42

எங்கே எப்பொழுது நம்யாத்திரை முடியும் என்று இந்த உலகில் ஒருவருமே அறியா வண்ணம் நாம் ஒரு படகில் மிதந்து செல்லலாம் என, ஒரு நாள் அதிகாலையில் என் காதுகளுக்குள் கிசுகிசுப்பது கேட்டது.

அந்தக் கரையில்லாத கடலில், அலைகளைப் போல் சொற்கள் ஏதுமின்றி உன் உள்ளம் களிப்படைய நான் பாடல்களைப் பாடுவேன், அவை உணர்த்திய செய்திகளுக்காக அமைதியாக நீ புன்சிரிப்பாய்.

நேரம் இன்னும் வரவில்லையா? முடிப்பதற்கான பணிகள் இன்னும் உள்ளனவா? கரையில் இருள் படர்ந்து கொண்டிருக்கிறது. மங்கிக் கொண்டிருக்கும் ஒளியில் அக்கரையிலிருந்து பறவைகள் தங்களுடைய கூடுகளுக்குத் திரும்பிக் கொண்டிருக்கின்றன. படகைக் கட்டி வைத்துள்ள கயறு எப்பொழுது அவிழும் என்று யாருக்குத் தெரியும்? மெதுவாக நகர்ந்து சென்று மறையும் சூரியனைப் போல, நமது படகு இரவில் எங்கு சென்று மறையும்?

43

உனக்காக என்னை நான் தயாராக வைத்துக் கொள்ளாதிருந்த அன்றைய தினம், அறிமுகமில்லாத மக்கள் கூட்டத்தில் ஒருவனைப் போல, எனக்குத் தெரியாமலே என் இதயத்தில் நுழைந்தாய் என் இறைவனே!

வாழ்க்கையில் விரைவாகக் கடந்து செல்கின்ற அந்தக் கணநேரங்கள், முடிவற்ற காலமாகத் தன் முத்திரையைப் பதித்துச் சென்றன.

இன்று எதிர்பாராமல் அவற்றின் மீது ஒளிபாய்ச்சி உன் கையெழுத்தைக் கண்ட போது மறந்து போன முக்கியத்துவமற்ற நாட்களின் மகிழ்ச்சிகளும் துயரங்களும் நிறைந்த நினைவுகள் புழுதியின் மீது சிதறிக் கிடக்கின்றன.

சிறு பிள்ளைத்தனமாக நான் மணலில் விளையாடிய விளையாட்டை நீ இகழ்ச்சியில் புறக்கணிக்கவில்லை. விளையாட்டுப் பருவத்தில் நான் கேட்ட அதே காலடி ஒசை, இன்று நிலவிலும் கதிரிலும் எதிரொலிக்கிறது.

44

கதிரொளியும் நிழலும் விளையாடிய படி கொண்டு வரும் மழைக்காலத்தைத் தொடரும் இளவேனிலை சாலையோரத்தில் காத்திருந்து கவனிப்பது எனக்குப் பெருமகிழ்ச்சியைத் தருகிறது.

அறிமுகமில்லா வான்வெளியிலிருந்து தொடர்ந்து வந்து கொண்டிருக்கும் தூதுவர்கள் என்னை வாழ்த்தி விட்டுச் சாலையிலே விரைந்து பயணிக்கிறார்கள். கடந்து செல்லும் தென்றலின் இனிமையை சுவாசிக்கும் பொழுது என் இதயம் தனக்குள் பெருமகிழ்ச்சி அடைகிறது.

வைகறை முதல் அந்திப்பொழுது வரை என் கதவருகே நான் தனிமையில் அமர்ந்திருக்கிறேன். எனக்குத் தெரியும், திடீரென்று அந்த மகிழ்ச்சியான தருணம் வரும், அப்பொழுது நான் உன்னைக் காண்பேன்.

அதுவரை நான் எனக்குள் சிரித்தவாறும், பாடியவாறும் தனிமையிலே அமர்ந்திருப்பேன். அந்நேரம் மிதந்து வரும் தென்றலிலே உனது வாக்குறுதி கலந்திருக்கும்.

45

அமைதியான அவனுடைய காலடி ஓசையை நீ கேட்கவில்லையா? அவன் வருகிறான், வருகிறான், எப்பொழுதும் வருகிறான்.

எல்லாத் தருணத்திலும் எல்லா வயதிலும் இரவிலும் பகலிலும் அவன் வருகிறான், வருகிறான் எப்பொழுதும் வருகிறான். எனது பலவகையான மனவோட்டத்தில் பல பாடல்களை நான் பாடியிருக்கிறேன். ஆனால் அப்பாடல்களின் இசை எப்பொழுதும் சொல்வது, **'அவன் வருகிறான்'** வருகிறான், எப்பொழுதும் வருகிறான்.'

இளவேனில் காலத்து நறுமண நாட்களில், மரங்களால் சூழப்பட்ட பாதையில் அவன் வருகிறான், வருகிறான், எப்பொழுதும் வருகிறான்.

கறுத்த மேகங்களையுடைய பருவ மழைக்கால இரவுகளிலும் அவனுடைய மேகமாகிய இரத்தத்தில் வருகிறான், வருகிறான், எப்பொழுதும் வருகிறான்.

தொடர்ந்து வரும் துயரத்தில் அவனது காலடி ஓசையில் என் இதயம் அழுந்துகிறது. அவனுடைய பொன்னான பாதங்களின் தீண்டுதல் எனது மகிழ்ச்சியைப் பிரகாசிக்க வைக்கிறது.

46

என்னைச் சந்திக்க நீ எவ்வளவு தூர காலத்திலிருந்து எப்பொழுது வருவாய் என்று எனக்குத் தெரியாது. சூரியனாலும் விண்மீன்களாலும் உன்னை என்னிடமிருந்து எப்பொழுதும் மறைத்து வைக்க முடியாது.

பல காலைப்பொழுதுகளிலும் மாலைவேளைகளிலும் உன் காலடிச் சத்தம் கேட்கிறது. உன் தூதுவன் என் இதயத்தினுள் புகுந்து என்னை ரகசியமாக அழைத்திருக்கிறான்.

ஏன் என் வாழ்வில் இன்று ஒரு புத்துணர்வு என் இதயத்தினுள் எழுந்து மகிழ்ச்சியூட்டுகிறது என்று எனக்குத் தெரியவில்லை.

என் பணிகளை முடித்துக் கொள்ள நேரம் வந்து விட்டது போல் உணர்கிறேன். காற்றில் உன் இனிய அருகாமையை மென்மையான நறுமணத்தில் உணர்கிறேன்.

47

இரவெல்லாம் அவனுக்காகக் காத்திருந்ததில் பயன் ஏதும் இல்லாமல் போனது. அதிகாலையில் நான் சோர்ந்து போய் உறங்கிவிடும் நேரத்தில் அவன் என் வாயிலில் வந்து நின்றுவிட்டாலோ என்று அச்சப்படுகிறேன். நண்பர்களே, கதவு அவனுக்காகத் திறந்தே இருக்கட்டும், அவனைத் தடுக்க வேண்டாம்.

அவனுடைய காலடி ஓசை என்னை எழுப்பா விட்டால் என்னை எழுப்ப முயற்சிக்காதீர்கள் என தாழ்மையுடன் கேட்டுக் கொள்கிறேன். குருவிகளின் ஆரவாரக் குரல்களாலோ, காலை ஒளியின் திருநாளில் கட்டுக்கடங்காக் களியாட்டம் போடும் காற்றாலோ, நான் உறக்கத்திலிருந்து எழுப்பப்படக் கூடாது என்று விரும்புகிறேன். இறைவன் திடிரென்று என் அறையின் கதவருகே வந்து நின்றால் கூட எனது உறக்கம் கலைக்கப்படாதிருக்கட்டும்.

ஓ என் உறக்கம், மதிப்புமிக்க உறக்கம், அவனுடைய தீண்டுதலால் மறைந்து போகக் காத்திருக்கிறது. நள்ளிரவின் உறக்கத்தில் தோன்றுகின்ற ஒரு கனவைப் போல அவன் என் முன்னால் வந்து நிற்கும் போது அவனது புன்னகை ஒளிக்கு, மூடியிருக்கும் என் கண்கள் தன் இமைகளைத் திறக்கும்.

ஒளிகளுக்கெல்லாம் முதலான ஒளியாக, உருவங்களுக்கெல்லாம் முதலான உருவமாக அவன் என் கண்முன் காட்சி அளிக்கட்டும். என் விழித்தெழும் ஆன்மாவிற்குக் கிடைக்கும் மகிழ்ச்சியின் முதல் சிலிர்ப்பு அவனுடைய பார்வையிலிருந்து வருவதாக இருக்கட்டும், நான் என்னிடம் மீண்டு வருதல் என்பது, விரைவாக அவனிடம் மீண்டு வருவதாக இருக்கட்டும்.

48

அதிகாலை என்னும் ஆழ்கடலின் அமைதி, பறவையின் பாடல்கள் என்னும் சிற்றலைகளால் கலைந்தது, பாதை ஓரத்தில் மலர்கள் எல்லாம் மகிழ்ச்சியில் இருந்தன. மேகங்களின் பிளவுகள் வழியே பெருஞ்செல்வமாகிய பொன்துகள்கள் சிதறுகின்றன. இவற்றை கவனிக்காமல் நாங்கள் எங்கள் பாதையில் சுறுசுறுப்பாக நடந்து கொண்டிருந்தோம்.

நாங்கள் மகிழ்ச்சிப் பாடல்களைப் பாடவில்லை, விளையாடவில்லை, பண்டமாற்று செய்வதற்காக நாங்கள் கிராமத்திற்குச் செல்லவில்லை. நாங்கள் ஒன்றுமே பேசவில்லை, சிரிக்கவில்லை. வழியில் நாங்கள் காலந்தாழ்த்தவில்லை. நேரம் செல்லச்செல்ல எங்கள் நடை வேகத்தைக் கூட்டினோம்.

கதிரவன் உச்சிவானத்தை அடைந்தது. நிழலிலே புறாக்கள் மூழுகின்றன. மரத்திலிருந்து விழுகின்ற இலைகள் பகற்பொழுதின் வெப்பக் காற்றிலே நடனமாடிச் சுழன்று விழுகின்றன, ஆலமரத்தின் நிழலிலே இடையன் அரைத் தூக்கத்தின் மயக்கத்திலே கனவு கண்டு கொண்டிருந்தான், நான் நீர் நிலையின் அருகிலிருந்த புல் தரையில் கைகால்களை நீட்டிப் படுத்தேன்.

என் பயணத்தில் உடன் வந்த நண்பர்கள் என்னைப் பார்த்து ஏளனத்துடன் சிரித்தார்கள். அவர்கள் ஓய்வெடுக்காமல் திரும்பிப் பார்க்காமல் தலைநிமிர்ந்து வேகமாக நடந்து சென்றனர். தூரத்தில் தெரிந்த மங்கலான ஒளியில் சென்று மறைந்தனர்.

பல புல்வெளிகளையும், மலைகளையும் தாண்டி வெகு தொலைவிலுள்ள பல புதிய நாடுகளைக் கடந்தனர். முடிவற்ற பாதையின் வீரம்மிக்க தலைவனே, அனைத்துப் பெருமையும் உன்னையே சேரும். ஏளனமும் பழிச்சொற்களும் என்னை எழுப்ப முயன்றன, ஆனால் பயனேதும் இல்லாமல் போயின. விளங்காத உவகையின் தாக்கத்தில், அவமானத்தின் தீவிர உணர்வுகளுக்கு என்னை நானே விட்டுக் கொடுத்தேன்.

மங்கலான ஒளியில் சூரிய ஒளியால் அழகுபடுத்தப்பட்ட பசுமையான புல்தரையின் ஓய்வு மெல்லமெல்ல என் இதயத்தில் படர்ந்தது. எதற்காக நான் பயணம் செய்தேன் என்பதை மறந்தேன். நிழல்களும் பாடல்களும

நிறைந்த சிக்கலான பாதையில் எந்தவிதப் போராட்டமும் இன்றி என்
மனம் சரணடைந்தது.

கடைசியில் நான் தூக்கத்திலிருந்து எழுந்து கண்களைத் திறந்த பொழுது,
உன் புன்னகை என்னும் பெருவெள்ளம் என் உறக்கத்தை அடித்துச் செல்ல,
நீ என் அருகில் நிற்கக் கண்டேன். உன்னை வந்தடையும் பாதை நீண்டது,
களைப்பைத் தோற்றுவிக்கக் கூடியது, போராட்டம் மிகுந்தது என்று நான்
மிகவும் அச்சப்பட்டேனே!

49

உன் அரியாசனத்திலிருந்து இறங்கி வந்து என் குடிசையின் கதவருகே நின்றாய்.

நான் ஒரு மூலையில் தனியாக அமர்ந்து பாடிக்கொண்டிருந்தேன். அந்தராகம் உன்னைக் கவர்ந்தது. நீ இறங்கிவந்து என் குடிசையின் கதவருகே நின்றாய்.

உன் அவையில் தலை சிறந்த பாடகர் பலர் உள்ளனர். எல்லா நேரத்திலும் பாடல்கள் பாடப்படுகின்றன, ஆனாலும் என் எளிமையான பாடல் உன்னுடைய அன்பிறகு ஆளாகிறது. ஒரு சோகமான சிறிய பாடல் உலகின் கீர்த்திமிக்க இசையுடன் கலந்தது. பரிசாகத்தர கையில் ஒரு மலரை ஏந்தி நீ என் குடிசையின் கதவருகே வந்து நிற்கிறாய்.

50

கிராமத்து வீதியில் நடந்து சென்று ஒவ்வொரு வீடாக யாசிக்கத் தொடங்கினேன். உன்னுடைய பொன்னான தேர் ஓர் அழகான கனவைப் போல் தூரத்தில் காட்சிதந்தது. யார் இந்த அரசர்களுக்கெல்லாம் அரசன் என்று வியப்புற்றேன்.

என்னுள் நம்பிக்கை உதயமானது, என்னுடைய கெட்ட நேரமெல்லாம் முடிவுக்கு வந்துவிட்டது என்று நான் நினைத்தேன். நான் கேட்காமலே நீ எனக்குப் பெருமளவில் தானம் தருவாய், என்னைச்சுற்றி செல்வமெல்லாம் மணல் மீது சிதறிக் கிடக்கும் என்று காத்திருந்தேன்.

என்னருகே தேர்வந்து நின்றது. உன் பார்வை என்மீது விழுந்தது. ஒரு புன்னகையுடன் நீ கீழிறங்கி வந்தாய். இறுதியில் எனது வாழ்க்கையில் நல்ல நேரம் வந்துவிட்டதாக நான் உணர்ந்தேன், திடிரென்று நீ உனது வலது கையை நீட்டிக் கேட்டாய்,"எனக்குத்தர உன்னிடம் என்ன இருக்கிறது".?

ஆ, என்ன இது, ஒரு அரசனின் வேடிக்கைப்பேச்சு, உனது உள்ளங்கையை விரித்து ஒரு யாசகனிடம் யாசகம் கேட்கிறாய்.

நான் குழப்பத்தில் முடிவெடுக்க முடியாமல் கண நேரம் நின்றேன். பிறகு எனது தோல் பையிலிருந்து ஒரு சிறிய சோளமணியை எடுத்து உனக்குக் கொடுத்தேன்.

அந்த நாளின் முடிவில் எனது பையைத் திறந்து தரையில் கவிழ்த்துக் கொட்டினேன். என்ன ஒரு வியப்பு, அந்தக் குவியலில் ஒரு சிறு பருக்கை பொன் மினுமினுக்கக் கண்டேன். வருந்தி நான் அழுதேன், என்னுடைய அனைத்தையும் உனக்குக் கொடுக்கும் மனம் இருந்திருக்க வேண்டும்.

51

இருள் அடர்ந்தது. ஒரு நாள் வேலை முடிந்தது. அன்று இரவு கடைசி விருந்தாளியும் வந்தாயிற்று என்று நினைத்தோம். கிராமத்தில் உள்ள வீட்டின் கதவுகள் எல்லாம் மூடப்பட்டு விட்டன. சிலர் சொன்னார்கள், இன்னும் அரசன் வர இருக்கிறார். நாம் சிரித்துக் கொண்டே சொன்னோம், இல்லை அவ்வாறு நடக்காது.

கதவு தட்டப்படும் ஓசை கேட்டது. நாம் சொன்னோம், 'அது வேறொன்றுமில்லை காற்றுதான்', நாம் விளக்கை அணைத்துவிட்டுப் படுத்தோம். சிலர் மட்டும் சொன்னார்கள், 'அது ஒரு தூதுவன்!' என்று. நாம் சிரித்துக் கொண்டே சொன்னோம், இல்லை, அது கட்டாயம் காற்றாகத்தான் இருக்க வேண்டும்.'

நள்ளிரவில் ஒரு சத்தம் கேட்டது. தூக்கக் கலக்கத்தில் நாம் நினைத்தோம் அது தூரத்துஇடிமுழக்கம் என்று. நிலம் அதிர்ந்தது, சுவர்கள் ஆடின, அது நம் தூக்கத்தைக் கலைத்தது. சிலர் மட்டும் சொன்னார்கள், அது சக்கரங்கள் எழுப்பும் ஒலி என்று. நாம் அரைமயக்கத்தில் முணு முணுத்தோம், 'இல்லை, அது மேகங்கள் முழக்கும் இடியொலியாகத்தான் இருக்க வேண்டும், என்று.

முரசொலி பலமாகக் கேட்ட போது இரவு மேலும் கருத்திருந்தது. யாரோ அழைத்தார்கள், எழுந்திருங்கள், இனியும் தாமதம் வேண்டாம்! அனைவரும் கைகளை மார்பின் மீது குறுக்கே அழுத்தி வைத்து அச்சத்தில் நடுங்கினோம். சிலர் சொன்னார்கள், 'ஓ அதோ அரசனுடைய கொடி தெரிகிறது'! அனைவரும் எழுந்து நின்று சொன்னோம்.

'இனியும் தாமதிக்கக் கூடாது'.

அரசன் வந்து விட்டார் - ஆனால் விளக்குகள் எங்கே? மாலைகள் எங்கே? மன்னரை அமர வைக்க சிம்மாசனம் எங்கே? அவமானம்! பெருத்த அவமானம்! அரண்மனை எங்கே! அலங்காரம் எங்கே சிலர் சொன்னர்கள், 'வீண் இந்தப் புலம்பல்! வெறும் கையுடன், வெறுமையான அறைகளில் உங்கள் வாழ்த்துக்களை வழங்குங்கள்'!

கதவைத் திறங்கள், வலம்புரிச் சங்குகள் அதிரொலி எழுப்பட்டும்! இந்த ஆழ்ந்த இருளில் நம் இருண்ட வீட்டின் அரசன் வந்திருக்கிறார். வானத்தில் இடியொலி முழங்குகிறது. மின்னல் வெளிச்சத்தில் இருள் நடுங்கிக் கொண்டிருக்கிறது. கந்தல் விரிப்பை எடுத்து வந்து முற்றத்தில் விரித்து வையுங்கள். காற்றோடும் புயலோடும் அரசன் திடிரென்று இந்த அச்சம் தருகின்ற இரவில் வந்திருக்கிறார்.

52

உன்னிடம் கேட்க வேண்டும் என்று நான் நினைத்தேன், ஆனால் கேட்கத் துணிவில்லை. ரோசாப் பூமாலையை உன் கழுத்தில் அணிந்திருந்தாய். நீ எழுந்து சென்ற போது, உதிர்ந்த சில துண்டுகள் இருக்குமா என்றுகாண காலைவரை காத்திருந்தேன். வைகறைப்பொழுதில் ஒரு யாசகனைப் போல் உதிர்ந்து போன ஒன்றிரெண்டு இதழ்கள் மட்டுமேனும் கிடைக்குமா என்று தேடிப் பார்த்தேன்.

ஒ! என்ன இது நான் காண்பது? உன் காதலின் அடையாளச் சின்னமாக என்ன இருந்தது? அது ஒரு மலரல்ல, நறுமணப் பொருளல்ல, நறுமணமுள்ள திரவம் நிரம்பிய குடுவை அல்ல. அது ஒரு தீச்சுடரைப் போன்று ஒளிர்கின்ற, இடியைப் போன்று கனமான ஒரு கூர்மையான வாள். அதிகாலைச்சூரியனின் இளங்கதிர்கள் சன்னல் வழியாக வந்து படுக்கை மீது படர்ந்தது. பறவை கீச்சுக் குரலில் கேட்டது,'பெண்ணே உனக்கு என்ன கிடைத்தது?' இல்லை அது ஒரு மலரல்ல, நறுமணப் பொருளல்ல, நறுமண திரவம் அடங்கிய ஒரு குடுவையும் அல்ல - அது அவனுடைய கூர்மையான வாள்.

ஆழ்ந்த சிந்தனையுடன் அதிசயப்பட்டு அமர்ந்திருந்தேன், இது என்ன உன்னுடைய பரிசுப்பொருள்! எந்த இடத்தில் இதை ஒளித்து வைக்க முடியும் என்று தெரியவில்லை. அதை அணிந்து கொள்ள நான் வெட்கப்படுகிறேன், உடல்வலிமை இன்றி இருக்கிறேன், மார்போடு அழுத்திவைக்கும் போது அது என்னைக் காயப்படுத்துகிறது. உன்னுடைய பரிசை, வலியின் சுமைதரும் பெருமையை நான் என் இதயத்தில் தாங்கிக் கொள்கிறேன்.

இப்பொழுது முதல் இந்த உலகத்தில் எதற்கும் நான் அச்சப்பட மாட்டேன். எனது போராட்டத்தில் நீயே எப்பொழுதும் வெற்றிபெறுவாய், மரணத்தை எனக்குத் துணைவனாக விட்டுச்சென்றுள்ளாய், எனது வாழ்க்கையை அவனுக்கு மணி மகுடமாகச் சூட்டுவேன். உனது வாள் என்னிடம் உள்ளது. அது என் எல்லாப் பிணைப்புகளையும் வேரறுக்கும். இந்த உலகில் எதற்கும் நான் அச்சப்பட மாட்டேன்.

இப்பொழுது முதல் இந்த அற்பமான அலங்காரங்களை விட்டுவிடுகிறேன். மூலையில் உட்கார்ந்து காத்திருந்து அழுக மாட்டேன். இனிமேலும் வெட்கப்பட மாட்டேன். இனிமையான நடத்தை இல்லை. நீ உனது வாளை என்னை அலங்கரித்துக் கொள்ளத் தந்திருக்கிறாய். இனி எனக்கு பொம்மை அலங்காரங்கள் தேவையில்லை.

53

உன் கைவளையல் மிக அழகானது பலப் பல வண்ணங்களாலும் விண்மீன்களாலும் அலங்கரிக்கப்பட்டு, விலையுயர்ந்த பல வண்ணக்கற்கள் கொண்டு உருவாக்கப்பட்டது.

மின்னல்களைப் போல் வளைவுகளும், விஷ்ணுவின்தெய்வீகப் பறவையின் விரிந்த சிறகுகளைப்போலவும், சூரியன் மறைகையில் தோன்றும் கடும் சிவப்பு ஒளியில் துல்லியமாகத் தோன்றுகின்ற உன் வாள்தான் எனக்கு மிக அழகாகத் தோன்றுகிறது.

மரணத்தின் இறுதிவீச்சில், வலியின் தெய்வீக இன்பத்தில் வாழ்க்கைக்கு இறுதியாக விடை கொடுப்பதைப் போல, அது படபடவென்று அடித்துக் கொள்கிறது. இவ்வுலக வாழ்வைச்சார்ந்த உணர்வாற்றலுடன் தீடிரென்று தூய்மையாகக் கொழுந்து விட்டு எரிந்து கொண்டிருக்கிற தீச்சுடரைப் போல அது மின்னுகிறது.

விலைமதிப்பில்லா விண்மீன் கற்களைக் கொண்டு அலங்கரிக்கப்பட்ட உனது கைவளையல் மிகவும் அழகானது. ஆனால் இடியின் அரசனே, உன்வாள் காணக்கிடைக்காத, கற்பனைக்கு எட்டாத முழுமையான அழகுடன் செய்யப்பட்டதாக உள்ளது.

54

உன்னிடம் நான் எதையும் கேட்கவில்லை, உன் காதில் என் பெயரைச் சொல்லவில்லை. நீ விடை பெற்றுக் கொண்டபோது நான் அமைதியாக நின்றேன். சாய்வாக விழுந்திருந்த மர நிழலுக்கு அருகில் இருந்த கிணற்றின் பக்கத்தில் நான் தனியாக இருந்தேன். தங்கள் மண்குடத்தின் விளிம்புவரை நிறைத்துக் கொண்டு பெண்கள் தங்கள் இல்லங்களுக்குச் சென்று விட்டனர். அவர்கள் என்னிடம் உரக்கக் கூவினார்கள், "எங்களுடன் வா காலைப் பொழுது தேய்ந்து நண்பகலை அடைகிறது" ஆனால் நான் தெளிவற்ற ஆழ்ந்த சிந்தனையில் மூழ்கி உற்சாகமில்லாமல் சற்றே காலந்தாழ்த்தினேன்.

அவன் வந்த பொழுது காலடி ஓசை கேட்கவில்லை, அவன் பார்வை என் மீது விழுந்தபோது கண்கள் சோகத்திலிருந்தன. அவன் என்னுடன் பேசியபோது குரல் களைத்திருந்தது."நான் தாகத்துடன் இருக்கிற வழிப்போக்கன்" நான் எனது பகற்கனவிலிருந்து விழித்துக் கொண்டேன். எனது பரணியிலிருந்த நீரை குவித்துப் பிடித்திருந்த அவனுடைய உள்ளங்கையில் ஊற்றினேன். தலைக்குமேல் இலைகள் சலசலத்துக் கொண்டிருந்தன, கண்களுக்குப் புலப்படாத அடர்ந்த நிழலிருந்து குயில் பாடியது, சாலை வளைவிலிருந்து கருவேல மலர்களின் மணம் வந்து கொண்டிருந்தது.

அவன் எனது பெயரைக் கேட்ட பொழுது நான் நாணத்தில் வாயடைத்து நின்றேன். என்னை நினைவில் வைத்துக்கொள்கிற அளவிற்குநான் அவனுக்கு என்ன செய்தேன்? நான் அவனுக்கு நீர்தந்து அவனுடைய தாகத்தைத் தணித்த அந்த நினைப்பு என் இதயத்தில் ஒட்டிக் கொண்டு அந்த இனிமையைப் பொதிந்திருக்கும். காலைப்பொழுது கடந்து விட்டது. சோர்வுற்ற குரலில் பறவை பாட்டிசைக்கிறது, வேப்ப இலைகள் தலைக்கு மேல் சலசலத்துக் கொண்டிருக்கின்றன. நான் சிந்தனையில் மூழ்கி அமர்ந்திருக்கிறேன்.

55

உனது இதயம் சோர்ந்திருக்கிறது. உன் கண்களில் இன்னும் உறக்கம் தெளியவில்லை. மரங்களில் உள்ள முட்களில் எல்லாம் மலர்கள் சிறப்பாக ஆட்சி செய்யத் தொடங்கிவிட்டன என்ற சொல் உனக்குக் கேட்கவில்லையா? எழுந்திரு, உடனே எழுந்திரு! வீணாகப் பொழுதைக் கழிக்கக் கூடாது.

கற்கள் நிரம்பிய சாலையின் முடிவிலே, தூய ஏகாந்தமான இடத்திலே என் தோழன் தனிமையில் அமர்ந்திருக்கிறான், அவனை ஏமாற்றி விடாதே, உடனே எழுந்திரு.

ஒரு வேளை உச்சிப் பொழுது சூரியனின் வெப்பத்தில் வானம் மூச்சுத்திணறி நடுங்கினால் தான் என்ன? பூமியெங்கும் வெப்பமான மணலால் போர்த்தப்பட்டு தாகம் சுட்டெரித்தால் தான் என்ன? உன் இதயத்தின் ஆழத்தில் நீ மகிழ்ச்சியைக் காணவில்லையா? சாலையில் நீ எடுத்து வைக்கும் ஒவ்வொரு அடியிலும் யாழ், வேதனையின் இனிய ராகத்தை இசைத்துக் கொண்டு உன் பாதங்களைத் தொடர்கிறது.

56

உன்னுடைய மகிழ்ச்சி என்னுள் முழுவதுமாக நிறைந்திருக்கிறது. அதனால்தான் நீ என்னிடம் இறங்கி வந்திருக்கிறாய். ஓ விண்ணுலகத்திற்கெல்லாம் தலைவனே, எனக்காக இல்லையென்றால் உன் அன்பு வேறு யாருக்காக இருந்திருக்கும்!

இந்தச் செல்வச்செழிப்பான உலகிலே நீ என்னை உன் துணையாக ஏற்றுக் கொண்டிருக்கிறாய். உனது முடிவில்லாத செயல்களின் பெருமகிழ்ச்சி எனது இதயத்தில் நிறைந்திருக்கிறது. எனது வாழ்க்கையில் என்றும் நிலையான உருவம் பெறுகிறாய்.

அதனால்தான் அரசர்களுக்கு அரசனான நீ என் இதயத்தைக் கவர்வதற்காக அழகான அணிகலன்கள் பூட்டி அழகுபடுத்திக் கொண்டு வருகிறாய். இதற்காகத்தான் உன்னை நேசிப்பவளின் நேசத்தில் உன் அன்பு கலந்திருக்கிறது. இருவருடைய நிறைவான சேர்க்கையில்தான் நீ முழுமையாகத் தெரிகிறாய்.

57

ஒளி, எனது ஒளி, உலகை நிறைக்கின்ற ஒளி, கண்களை முத்தமிடுகின்ற, இதயத்தை இனிமையாக்குகின்ற ஒளி.

எனது வாழ்க்கையின் மையத்தில் ஒளி நடனமாடுகிறது என் இனியவனே, இதயத்தின் நரம்புகளை ஒளி மீட்டுகிறது என் இனியவனே, வானம் திறந்து கொள்கிறது, தென்றல் கட்டுக்கடங்காமல் பாய்ந்தோடுகிறது. உலகம் முழுவதிலும் சிரிப்பு நிறைகிறது.

ஒளிக்கடலில் பட்டாம் பூச்சிகள் சிறகை விரித்து மிதக்கின்றன. அல்லிப்பூக்களும், மல்லிகைப்பூக்களும் ஒளி அலைகளின் உச்சியில் பாய்ந்து முன் செல்கின்றன. ஒவ்வொரு மேகத்தின் மீதும் தங்கத்துகள்களாக ஒளி பரவுகின்றன. என் இனியவனே, அதன் மகிழ்ச்சி அளவிட முடியாதது. சொர்க்கத்தின் ஆறு அதன் கரைகளை மூழ்க வைக்கிறது. வெளியில் எங்கும் மகிழ்ச்சி வெள்ளம் பரவுகிறது.

58

மகிழ்ச்சியின் அனைத்து ராகங்களும் எனது கடைசிப் பாடலில் ஒன்றாகக் கலக்கட்டும். பூமியெங்கும் நிறைந்து வழிகின்ற, கட்டுக்கடங்காக் களியாட்டம் போட வைக்கின்ற பசுமையான தாவரங்களின் செழுமையால் உண்டாகும் மகிழ்ச்சி, வாழ்வு சாவு என்னும் இரட்டை சகோதரர்கள் உலகம் முழுவதும் நாட்டியமாடுவதில் ஏற்படும் மகிழ்ச்சி, அசுரச்சிரிப்பால் வாழ்க்கையில் விழிப்புணர்வை என்றும் ஏற்படுத்துவது போல நடுங்கச் செய்கின்ற, மனக் கொந்தளிப்பை உருவாக்கும் சூறாவளியில் ஏற்படும் மகிழ்ச்சியிலும், வலி தருகின்ற சிவப்பு நிறமுள்ள தாமரையின் மீது கண்ணீருடன் அசையாது அமர்ந்திருக்கும் மகிழ்ச்சியிலும், தன்னிடம் உள்ள அனைத்தையும் புழுதியின் மீது வீசி எரிகின்ற மகிழ்ச்சியிலும், இதை வெளிப்படுத்த எந்தச்சொல்லும் இல்லை.

59

ஆம், எனக்குத் தெரியும், என் இதயத்தின் அன்பே, இது உன் அன்பைத் தவிர வேறில்லை. இலைகளின் மேல் நடனமாடும் இந்தப் பொன்னிற ஒளி, வானில் நிதானமான மிதந்து செல்லும் மேகங்கள், என் நெற்றியைக் குளிர்ச்சியடையச்செய்து விட்டுச் செல்லும் இந்த நாடோடித் தென்றல்.

காலை நேர வெளிச்சம் என் கண்களை மூழ்கடிக்கிறது. இது என் இதயத்திற்கு நீ அனுப்பும் செய்தி. உன்முகம் மேலிருந்து குனிந்து என் கண்களை நோக்குகிறது. என் இதயம் உன் கால்களைத் தொடுகிறது.

60

முடிவில்லா உலகங்களின் கடற்கரையின் மீது குழந்தைகள் சந்தித்துக் கொள்கிறார்கள்.

தலைக்குமேல் அசைவற்று நிற்கும் எல்லையில்லாத வானம், மூர்க்கத்தனமாகக் கூச்சலிடுகின்ற அமைதியிழந்த நீர்ப்பரப்பு. முடிவில்லா உலகங்களின் கடற்கரையின் மீது குழந்தைகள் சந்தித்துக் கொள்கிறார்கள். அவர்கள் மணலில் தங்கள் வீடுகளைக் கட்டுகிறார்கள், எளிமையான சிப்பிகளை வைத்து விளையாடுகிறார்கள். உதிர்ந்துபோன இலைகளைக் கொண்டு தங்கள் படகுகளைச் செய்கிறார்கள். புன் சிரிப்புடன் அவற்றைப் பரந்த கடலின் மீது மிதக்க விடுகிறார்கள். உலகங்களின் கடற்கரையின் மீது குழந்தைகள் தம் விளையாட்டை விளையாடுகிறார்கள்.

எப்படி நீந்துவது என்று அவர்களுக்குத் தெரியவில்லை, எப்படி வலை வீசுவது என்று அவர்களுக்குத் தெரியவில்லை, முத்துக் குளிப்போர் முத்தெடுக்க நீரில் முழுகுகிறார்கள். வணிகர்கள் கப்பலில் பயணம் செய்கிறார்கள், குழந்தைகள் கூழாங்கற்களைச் சேகரித்து மீண்டும் அவற்றை வீசி எறிகின்றனர். அவர்கள் மறைந்திருக்கும் புதையல்களைத் தேடவில்லை, அவர்களுக்கு வலைவீசத் தெரியவில்லை.

கடலலைகள் சிரிப்புடன் பாய்ந்து முன் செல்கின்றன. மங்கலான ஒளிக் கதிர்களாய் கடற்கரையின் புன்னகை! தன் குழந்தையின் தொட்டிலை ஆட்டிக் கொண்டிருக்கும் போது ஒரு தாய் பாடும் பாடலைப் போல, அழிவை ஏற்படுத்தக் கூடிய கடலலைகள் பொருளற்ற கதைப் பாடல்களை குழந்தைகளுக்காகப் பாடுகின்றன.

முடிவில்லா உலகங்களின் கடற்கரையில் குழந்தைகள் சந்திக்கின்றனர். பாதையில்லா வானத்தில் சூறாவளி வீசுகிறது. தடமில்லாத் தண்ணீரில் கப்பல்கள் மூழ்கி விடுமோ என்ற மரணபயம் ஏற்படுகிறது. கடற்கரை நீரில் குழந்தைகள் விளையாடுகிறார்கள். முடிவில்லா உலகங்களின் கற்கரையின் மீது குழந்தைகளின் பெருமைமிகு சந்திப்பு நிகழ்கிறது.

61

குழந்தையின் கண்களைத் தழுவிச் செல்லும் உறக்கம் - அது எங்கிருந்து வருகின்றதென்று யாருக்கேனும் தெரியுமா? ஆம், ஒரு வதந்தியுள்ளது.

நீலமீளிகைகள் ஏற்றிய மெல்லிய ஒளியில் ஒளிரும் காட்டின் நிழல்களிடையே உள்ளதோர் அழகிய கிராமத்தில் வசீகரிக்கின்ற நாணமுடைய இரண்டு மலர்மொட்டுக்கள் தொங்கிக் கொண்டிருக்கின்றன. அங்கிருந்து தான் அது குழந்தையின் கண்களை முத்தமிட வருகின்றன.

குழந்தை உறங்கும் போது அதன் உதடுகளில் திடிரென்று தோன்றும் புன்னகை எங்கிருந்து வருகின்றதென யாருக்கேனும் தெரியுமா? ஆம் ..... ஒரு வதந்தியுள்ளது. மெல்லியதாய் ஒளி வீசுகின்ற பிறைச் சந்திரனின் ஒளிக்கற்றை, மறைந்து கொண்டிருக்கும் இலையுதிர்கால மேகத்தின் விளிம்பைத் தொட்டது. அங்குதான் .... பனித்துளிகள் மறைந்த ஒரு காலைப்பொழுதின் கனவில் தான் முதன் முதலில் புன்னகை தோன்றியது. அந்தப் புன்னகையே உறங்குகின்ற குழந்தையின் உதடுகளில் திடிரென்று தோன்றும் புன்னகையாம்.

குழந்தையின் கைகால்களில் மலர்கின்ற இனிய மென்மையான புதிய மலர்ச்சி இவ்வளவு காலம் எங்கே மறைந்திருந்ததென யாருக்கேனும் தெரியுமா? அன்னை சிறுபெண்ணாக இருந்தபோது அது மென்மையான, அன்பின் அமைதியான புரியாத புதிராய் அவள் இதயத்தில் ஊடுருவிப் பரவிப் படிந்திருந்தது - அதுவே குழந்தையின் கை கால்களில் இனிமையாக மென்மையாக மலர்ந்திருக்கும் அந்தப்புதிய மலர்ச்சி.

62

நான் உனக்காக வண்ண வண்ண விளையாட்டுச் சாமான்களைக் கொண்டு வரும்போது என் குழந்தாய், மேகங்கள் மீதும் நீரின் மீதும் ஏன் அவ்வளவு வண்ண விளையாட்டு, பூக்களுக்கு ஏன் இளம் வண்ணங்கள் தீட்டப்பட்டிருக்கின்றன என்பதற்கான காரணத்தைப் புரிந்து கொள்கிறேன்.

உன்னை நடனமாடவைக்க நான் பாடும்பொழுது உண்மையில் நான் தெரிந்து கொள்கிறேன், ஏன் இலைகளில் ஓர் இசை தோன்றுகிறது, கூர்ந்து கவனிக்கின்ற பூமியின் இதயத்திற்காக ஏன் அலைகள் தங்கள் குரல்களில் குழு இசையை அனுப்புகின்றன என்பதன் காரணத்தை நான் உன்னை நடனமாட வைக்கப் பாடும்பொழுது, உண்மையில் நான் தெரிந்து கொள்கிறேன்.

உனது பேரவா கொண்ட கரங்களுக்கு நான் இனிமையான பொருட்களைக் கொண்டு வரும்போது தெரிந்து கொள்கிறேன், ஏன் பூக்களின் கிண்ணத்தில் தேன் நிறைந்திருக்கிறது, பழங்கள் ஏன் இனிப்பான சாறு கொண்டு ரகசியமாக நிரப்பட்டுள்ளன என்பதற்கான காரணத்தை - நான் உன் பேரவா கொண்ட கரங்களுக்கு இனிமையான பொருட்களைக் கொண்டு வரும்போது.

உன்னைப் புன்னகை பூக்கச்செய்வதற்காக நான் உன் முகத்தில் முத்தமிடும் போது என் அன்பே, நான் நிச்சயமாகப் புரிந்து கொள்கிறேன், காலை ஒளியில் வானிலிருந்து எவ்வளவு மகிழ்ச்சியான ஒளிக்கதிர்கள் பாய்ந்து வருகின்றன, கோடைத்தென்றல் என் உடம்பிற்கு எத்தகைய பெருமகிழ்ச்சியைக் கொண்டு வருகின்றன என்பதற்கான காரணத்தை -உன்னை புன்னகை பூக்கச்செய்வதற்காக நான் உன்முகத்தில் முத்தமிடும் போது என் அன்பே நான் நிச்சயமாகப் புரிந்து கொள்கிறேன்.

63

பாழான நிலையிலுள்ள ஆற்றின் சரிவில் வளர்ந்து நிற்கும் புற்களுக்கிடையிலே நான் அவளைக் கேட்டேன், "பெண்ணே, உன் விளக்கை திரையிட்டு மறைத்துக் கொண்டு எங்கே செல்கிறாய்? என் வீடு இருளில் தனிமையின் சோகத்தில் இருக்கிறது. உன் விளக்கை எனக்கு இரவலாகக் கொடு" அவள் தன் ஒளியற்ற கண்களை ஒரு கணம் உயர்த்தி இருளில் என் முகத்தைப் பார்த்தாள்.

அவள் சொன்னாள், "பகற்பொழுது மேற்கிலே மறைகின்ற நேரம் நீரிலே என் விளக்கை மிதக்கவிட ஆற்றிற்கு வந்திருக்கிறேன்" வளர்ந்து நிற்கும் புற்களுக்கிடையில் நான் தனியாக நின்று கொண்டு, மெலிதாய் எரிகின்ற அவள் விளக்கு எந்தப் பயனும் இல்லாமல் நீரோட்டத்தில் செல்வதைப் பார்க்கிறேன்.

இருள் குவிந்து கொண்டிருக்கும் அமைதியான இரவில் நான் அவளைக் கேட்கிறேன், "பெண்ணே, உனது விளக்குகள் எல்லாம் ஏற்றப்பட்டிருக்கின்றன. பிறகு கையில் இந்த விளக்குடன் எங்கே செல்கிறாய்? என்வீடு இருளில் தனிமையின் சோகத்தில் இருக்கிறது. எனக்கு இந்த விளக்கை இரவலாகக் கொடு." அவள் தன் ஒளியற்ற கண்களை உயர்த்தி என் முகத்தைப் பார்த்தாள். ஐயத்துடன் ஒரு கணம் நின்றாள். என் விளக்கை அந்த வானத்திற்குச் சமர்ப்பணம் செய்ய நான் வந்திருக்கிறேன்". அவளுடைய விளக்கு பயனேதுமில்லாமல் வெற்றிடத்தில் எரிந்து கொண்டிருப்பதை நான் கவனித்துக் கொண்டு நின்றேன்.

நிலவொளி இல்லாத மங்கிய வெளிச்சத்தில் நான் அவளிடம் கேட்டேன், "பெண்ணே, உன் இதயத்திற்கு அருகில் விளக்கைப் பிடித்துக் கொண்டு நிற்கிறாய், உன் வேட்கைதான் என்ன? என் வீடு இருளில் தனிமையின் சோகத்தில் இருக்கிறது -உன் விளக்கை எனக்கு இரவலாகக் கொடு".

அவள் ஒரு கணம் நின்று, இருளில் என் முகத்தை வியப்புடன் உற்று நோக்கிக் கூறினாள், "தீபத் திருவிழாவில் கலந்து கொள்ள என் விளக்கைக் கொண்டு வந்திருக்கிறேன்".

மற்ற விளக்குகளின் ஒளியின் முன்னால் அவளுடைய சிறிய விளக்கின் ஒளி பயனின்றி வீணே தொலைந்து போனதை நான் கவனித்துக் கொண்டு நின்றேன்.

64

அறிமுகமில்லாத பலரையும் நண்பர்களாக எனக்கு அறிமுகப்படுத்தியிருக்கிறாய். எனக்குச்சொந்தமில்லாத பல வீடுகளில் எனக்கு இடம் தந்திருக்கிறாய். தூரத்தை அருகாமை ஆக்கினாய். அந்நியரைச் சகோதரனாக்கினாய்.

எனக்குப் பழக்கப்பட்ட சூழ்நிலையை விட்டு நீங்கிச்செல்ல வேண்டி இருந்தபொழுது என் இதயத்தில் அமைதி குலைந்தது. எனக்குப் பழக்கமான பழைய சூழ்நிலையிலும், பழக்கமில்லாத பதிய சூழ்நிலையிலும் நீயே இருக்கிறாய் என்பதை மறந்து போனேன்.

பிறப்புமுதல் இறப்பு வரை இந்த உலகில் என்னை எங்கு அழைத்துச்சென்றாலும் எப்பொழுது அழைத்துச்சென்றாலும் அனைத்தையும் அறிந்த நீ எனக்கு ஒரு வழிகாட்டியாய் இருக்கிறாய். எனக்கு அறிமுகமில்லாதவற்றில் கிடைக்கின்ற மட்டிலா மகிழ்ச்சியுடன் என்றுமே என் இதயத்தைப் பிணைக்கிறாய்.

நீ அறியப்படும்போது யாருமே அந்நியரில்லை, தங்கு தடைகளில்லை, அனைத்தையும் இயக்கிக் கொண்டிருக்கின்ற அவனுடைய அருளை நான் என்றுமே இழக்கக்கூடாது என்கின்ற என் வேண்டுதலை ஏற்றுக்கொள்

65

என் இறைவனே! நிறைந்து வழிகின்ற என் வாழ்க்கைக் குவளையிலிருந்து என்ன சிறந்த அமுதத்தை நீ பருக விரும்புகிறாய்?

என் கவிஞனே, உனது படைப்பை என் கண்களின் வழியாகக்காண விரும்புவதிலும், எனது செவிகளின் நுழைவாயிலில் நின்று அமைதியாக உன் முடிவற்ற இசையை நீயே கேட்க விரும்புவதிலும் பேரின்பம் அடைகிறாயா?

இந்த உலகம் என் மனதில் சொற்களை நெய்கிறது, மகிழ்ச்சி அவற்றிற்கு இசை கூட்டுகிறது. நீயே உனது அன்பில் உன்னை எனக்குத் தந்தாய், பிறகு உனது முழு இனிமையையும் என்னுள் நீ உணர்கிறாய்.

66

அதிகாலைப் பொழுதிலே, கண நேரத்தில் திடீரெனத் தோன்றுகின்ற ஒளியில், அவள் என்றுமே என்னுள் ஆழமான இடத்தில் நிலை பெற்றிருந்தாள். காலை ஒளியில் அவள் தன் திரையை விலக்கியதே இல்லை. என்னுடைய கடைசிப்பாடலில் உனக்கு நான் பொதிந்து தருகிற பரிசு இதுதான் என் இறைவனே.

காதலுடன் பேசிய சொற்களால் அவளை வெல்ல முடியவில்லை. அவளைச் சம்மதிக்க வைக்க முயன்ற நயமான பேச்சுக்கள் எல்லாம் வீணாகிவிட்டன.

அவளை என் இதயத்தின் மையத்தில் வைத்துக் கொண்டு ஒவ்வொரு நாடாக அலைந்து திரிந்தேன். அவளைச்சுற்றியே எனது வளர்ச்சியும் வீழ்ச்சியும் உயர்வதும் தாழ்வதுமாக இருந்தன.

என்னுடைய நினைவுகளிலும் செயல்களிலும், உறக்கத்திலும் கனவுகளிலும் அவள் ஆட்சிபுரிந்தாள் எனினும் தனியாக, தொலைவிலேயே வாழ்ந்திருந்தாள்.

அவளைக்கேட்டு பல ஆடவரும் என் கதவைத் தட்டினார்கள். ஏமாற்றத்துடன் திரும்பிச்சென்று விட்டனர்.

இன்றுவரை இந்த உலகில் யாருமே அவளை முகத்தோடு முகம் நோக்கியதில்லை. அவள் தனிமையில் உன் அங்கீகாரத்திற்காகக் காத்திருக்கிறாள்.

67

அந்தவானமும் நீதான், பறவைகளின் கூடும் நீதான்.

அந்தக் கூட்டிலே உன் அன்புதான் பலவையான வண்ணங்களாலும், ஒலிகளாலும், மணங்களாலும் ஆன்மாவை மூடி வைத்திருக்கிறது.

அங்குதான் காலைப் பொழுதானவள் அழகென்னும் மலர்மாலையைப் பொற்கூடையில் வைத்து வலக்கரத்தில் ஏந்திக் கொண்டு, அமைதியாக உலகத்தின் உச்சியில் மகுடம் சூட்ட வருகிறாள்.

அங்குதான் மாலைப் பொழுதானவள் ஆடுமாடுகள் இல்லாத பசும்புல் தரையின் மீது வழித்தடம் பதியாத பாதையின் வழியாக, அமைதி என்னும் குளிர்ந்த காற்றை மேற்குக் கடலிலிருந்து தன் பொற்குடத்தில் முகர்ந்து கொள்ள வருகிறாள்.

ஆனால் அந்த ஆன்மா மிதந்து உள்ளே செல்வதற்காக எல்லையில்லாது விரிந்து பரந்திருக்கும் வானத்தில், அப்பழுக்கில்லாமல் பிரகாசமான கதிரொளி ஆட்சி செய்கிறது. அங்கே பகல் இல்லை, இரவு இல்லை, உருவமில்லை, வண்ணமில்லை, ஒரு சொல் கூட இல்லை.

68

என்னுடைய கண்ணீராலும் ஏக்கங்களாலும் பாடல்களாலும் ஆன மேகங்களை உன் பாதங்களுக்குத் திருப்பி எடுத்துச்செல்ல, சூரியனின் கதிர்கள் தன் கரங்களை நீட்டியவாறு என்னுடைய இந்த உலகத்திற்கு வந்து நாள் முழுவதும் என் கதவருகே நிற்கின்றன.

விண்மீன்கள் நிறைந்த உன் மார்பை, பனிமேகம் எனும் மேலாடை கொண்டு பெருமகிழ்ச்சியுடன் மூடுகிறாய். பலவகை உருவங்களாகவும் மடிப்புகளாகவும் மாற்றி என்றும் மாறக்கூடிய பல வண்ணங்களைத் தீட்டுகிறாய்.

அது கனமில்லாததாய், விரைவில் கடந்து செல்வதாய், மென்மையானதாய், கண்ணீர் நிறைந்ததாய், இருண்டாய் இருக்கிறது. அதனால்தான் நீ அதை நேசிக்கிறாய். நீயோ கறையில்லாதவனாய், அமைதியானவனாய் இருக்கிறாய். அதனால்தான் பயபக்தி உண்டாக்குகிற வெண்மையான உன் ஒளியை அதன் பரிதாபகரமான நிழல்களால் மூடுகிறது.

69

ஒரே மாதிரியான வாழ்க்கையின் இயக்கம் இரவும் பகலும் என் உடலில் உள்ள நாடி நரம்புகளில் பாய்ந்தோடிக் கொண்டிருக்கிறது. ஒரே தாளலயத்துடன் நடனமாடிக் கொண்டிருக்கிறது.

அந்த வாழ்க்கைதான் இந்த பூமியின் மேற்பரப்பில் உள்ள அனைத்து துவாரங்களின் வழியாகவும் எண்ணிலடங்கா புற்களின் இதழ்களாக மகிழ்ச்சியுடன் முளைத்து மேலே வருகின்றன.

அந்த வாழ்க்கைதான் கடலின் மேலே பாய்ந்துவரும் வெள்ள அலைகளில் ஊசலாடுவதுபோல் பிறப்பையும் இறப்பையும் மாறி மாறிக் கொண்டு வருகிறது. முடிவில்லாமல் பின்வாங்கி முன்பாய்ந்து செல்கிறது.

இந்த உலக வாழ்க்கையின் தீண்டுதலால் எனது கைகால்கள் அற்புதமாகப் படைக்கப்பட்டிருப்பதை உணர்கிறேன். அந்த அதிர்வுகள் என் வாழ்நாள் முழுவதும் என் இதய நாளங்களில் நடனமாடுவதை நான் பெருமையுடன் உணர்கிறேன்.

70

இந்த அடக்கமுடியாத தாளலயத்தின் மகிழ்ச்சியில் ஈடுபட்டு மகிழ உன்னால் முடியாதா? அச்சந்தரும் இந்த மகிழ்ச்சியின் சுழற்சியில் அடித்துச்செல்லப்பட்டு நிலைகுலைந்து வழிதவறிச்சிதறிவிட உன்னால் முடியாதா?

அனைத்துமே நகர்ந்து செல்கின்றன. அவை நிற்பதே இல்லை. அவை திரும்பிப் பார்ப்பதில்லை. எந்த சக்தியும் இவற்றைக் கட்டிப்போட்டு அடக்கிவிட முடியாது.

அந்தக் கட்டற்ற ஆவேச இசைக்கு ஏற்ப பருவகாலங்கள் நடனமாடிவிட்டு நகர்ந்து போகும். வண்ணங்கள், ராகங்கள், கணக்கற்ற நறுமணங்கள் பேரானந்தப் பெருவெள்ளம் போன்ற முடிவில்லாத நீர் வீழ்ச்சிகளால் வந்துவிழும். பின் இவை துகள்துகளாகத் தூவி மறையும்.

71

என்னை நான் இன்னும் பெரியனவாக்கிக் கொள்ள வேண்டும் என்பது, என்னுடைய வண்ணமயமான கலைத்திறமை கொண்டு உன் எல்லாப் பரிமாணங்களின் பிரகாசத்தையும் மேலும் அதிகப்படுத்த வேண்டும் என்பது, இதுதான் உன்மாயை.

உனக்கு நீயே ஒரு தடுப்புச்சுவர் எழுப்பிக் கொண்டு உன் இசைக்கருவியில் பல பல ராகங்களை இசைக்க வைக்கிறாய். நான் உன்னை நெருங்க முடியாமல் உன் தொடர்பை விலக்கிக் கொண்டாய். உறவின் முறிவால் மிகத்துன்பத்தில் இசைக்கின்ற பாடல்கள் வானமெங்கிலும், கண்ணீரிலும், புன்னகையிலும், அச்சத்திலும் நம்பிக்கையிலும், எழுகின்ற பின் விழுகின்ற அலைகளிலும், மறைகின்ற பின் உருவாகின்ற கனவுகளிலும் எதிரொலிக்கின்றன. நீயே உன்னைவிடத் திறமையுள்ளவனாக என்னை ஆக்கிவிட்டாய்.

உன்னுடைய திரைச்சீலையில் இரவு பகல் ஆகியவற்றின் தூரிகைகளைக் கொண்டு எண்ணிலடங்கா ஓவியங்கள் தீட்டப்பட்டிருக்கின்றன. மனித அறிவுக்குப் புலப்படாத படி அற்புதமாக நீ அமர்ந்திருக்கிறாய். நான் புனைந்தது அலங்கரிக்கப்படாத நேர்மையான உன்னை மறைக்கிறது.

அழகிய உடை உடுத்தி நீயும் நானும் பவனி செல்லும் காட்சி வானம் முழுவதும் பரவி நிறைகிறது. நீயும் நானும் பாடுகின்ற பாட்டில் வானம் எங்கும் அதிர்வலைகள். நீயும் நானும் தேடிப்பிடித்து விளையாடுவதில் காலங்கள் எல்லாம் கடந்து போகின்றன.

72

ஆழத்தினும் ஆழமாக இருக்கிறான், என் உணர்வுகளை ஆழம் காண முடியாத தன் தீண்டுதலால் தட்டி எழுப்புகின்றான்.

இந்தக் கண்களுக்குத் தன் மந்திர சக்தியைக் கொண்டு வந்து சேர்க்கிறான். மகிழ்ச்சியிலும் வலியிலும் பலவகையான இசைகளை என் இதய வீணையின் தந்தியில் மகிழ்ச்சியுடன் மீட்டுகின்றான்.

தங்கமும், வெள்ளியும், நீலமும் பச்சையுமான மறைந்து போகிற வண்ணங்களைக் கொண்டு மாயவலையை நெய்கிறான். அதன் மடிப்புகளின் கீழே அவன் கால்கள் நீள்கின்றன. அதை நான் தீண்டும் போது என்னையே நான் மறக்கிறேன்.

நாட்களும் ஆண்டுகளும் வந்துபோகின்றன. பல பெயர்களில் என் இதயத்தைக் கவர்கிறான். பல தோற்றங்களை உடையவனாக இருந்து, இன்பத்திலும் துன்பத்திலும் பேரானந்தத்தைத் தருகிறான்.

73

தொடர்பைத் துண்டித்து விடுதலை பெறுவது என்பது எனக்கு இல்லை. பெரு மகிழ்ச்சியின் ஆயிரக்கணக்கான பிணைப்புகளில் சுதந்திரத்தின் அணைப்பை உணர்கிறேன்.

இந்த மண்பானையின் விளிம்புவரை எனக்காக மீண்டும் மீண்டும் ஏராளமான நறு மணங்களிலும் வண்ணங்களிலும் ஆன மதுவை நிறைக்கிறாய்.

எனது உலகத்தின் நூற்றுக்கணக்கான வேறுபட்ட விளக்குகளை உன் தீபத்தின் கொழுந்து ஏற்றும். அவற்றை உனது ஆலயத்தின் வழிபாட்டிற்குரிய இடத்தின் முன்னால் வைப்பேன்.

இல்லை, எனது புலன்களின் கதவுகளை என்றும் அடைத்து வைக்கமாட்டேன். பார்த்தலின், கேட்டலின், தீண்டுதலின் பேரின்பம் அனைத்தும் உன்னுடைய பேரின்பத்தைப் பெற்றிருக்கும். ஆம் என் மாயை அனைத்தும் மகிழ்ச்சியின் ஒளியில் எரிந்து போகின்றன, எனது ஆசைகள் அனைத்தும் கனிவான அன்பில் மட்டுமே முழுமையடைகின்றன.

74

பகல்பொழுது முடிந்து விட்டது. பூமியின் மேல் நிழல் பரவுகிறது. என் குடத்தை நிரப்பிக் கொள்ளும் நேரம் வந்துவிட்டது.

மாலைக்காற்று நீரின் வருத்தம் நிறைந்த இசையுடன் காத்துக் கொண்டிருக்கிறது. ஆ! அது என்னை அந்திப் பொழுதில் வெளியே வருமாறு அழைக்கிறது. தனிமையான தெருவில் வழிப்போக்கர் யாரும் இல்லை. காற்று மேலோங்குகிறது. ஆற்றில் சிற்றலைகளின் எழுச்சி காணப்படுகிறது.

நான் வீடு திரும்புவேனா என்று எனக்குத் தெரியவில்லை நான் யாரைச் சந்திக்கப் போகிறேனோ எனக்குத் தெரியாது, அந்தப் படகுத் துறையில் அச்சிறு படகில் முன்பின் தெரியாத யாரோ ஒரு மனிதன் தன்யாழை மீட்டிக் கொண்டிருக்கிறான்.

75

எங்களுக்குக் கிடைத்திருக்கின்ற நிலையில்லா பரிசுகள் எங்களுடைய எல்லாத் தேவைகளையும் பூர்த்திசெய்தாலும், குறைவின்றி வழங்கும் உன்னிடம் மீண்டும் ஓடி வருகிறோம்.

தினமும் தனக்குரிய பணியைச் செய்யும் ஆறு, வயல்களிலும் பாடிகளிலும் விரைந்து சென்றாலும், உன் பாதங்களைத் தூய்மைப்படுத்த தனக்குள் நீரை மிச்சப்படுத்தி வைக்கிறது.

மலர்கள் தங்கள் மணத்தைப் பரப்பிக் காற்றை இனிமைப் படுத்தினாலும் உன் பூசையில் குறைவின்றி நறுமணத்தைத் தருகிறது.

உனது நிறைவான பூசைக்காக அனைத்தையும் வழங்கினாலும், இந்த உலகத்திற்குக் குறை எதையும் வைப்பதில்லை.

கவிஞன் பல கவிதைகளைப் பாடினாலும் படிப்போர் தங்கள் தேவைகளுக்கேற்ப அதில் பொருள் தேடிக் கொள்கிறார்கள். இருப்பினும் அந்தச்சொல்லின் பொருள் எப்பொழுதும் உன்னை மையப்படுத்தியே இருக்கிறது.

76

ஒவ்வொரு நாளும் என் இறைவனே, உன்னிடம் நேருக்கு நேர் நான் நிற்பேன். அனைத்துலகையும் ஆட்சி செய்பவனே, இரு கரங்களையும் கூப்பி நான் உனக்கு முன்பாக நேருக்கு நேர் நிற்பேன்.

உன்னுடைய அற்புதமான வானத்திற்குக் கீழே, தனியாக அமைதியாக பணிவான இதயத்துடன் ஒவ்வொரு நாளும் நேருக்கு நேர் நான் நிற்பேன். இந்த விறு விறுப்பில்லாத உன்னுடைய உலகிலே, கடமைகளை முடிக்கப் போராடி கிளர்ந்தெழுந்து பாய்ந்து முன் செல்கின்ற மக்கட்திரளின் நடுவில் உன்முன் நேருக்கு நேர் நான் நிற்பேன்.

இந்த உலகில் என் பணி முடியும் போது, அரசனுக்கு அரசனே, தனிமையில் அமைதியாக நேருக்கு நேர்உன்முன் நிற்பேன்.

77

நீ என் கடவுளென நான் அறிவேன், அதனால் விலகி நிற்கிறேன். நீ எனக்கு மட்டும் சொந்தம் இல்லை என்று எனக்குத் தெரியும், உன்னிடம் நெருங்கி வருவதில்லை. நீ என் தந்தை என்றும் நான் அறிவேன். குனிந்து உன் காலை வணங்குகிறேன். என் உயிர் நண்பன் எனக்கருதி உன் கையை நான் இறுகப் பற்றுவதில்லை.

உன் எளிய பேரன்பால் நீ கீழிறங்கி வந்து என்னை உன் சொந்தமாக்கி கொண்ட அந்த இடத்தில் நான் நிற்கவில்லை, உன்னை என் இதயத்துடன் சேர்த்து அணைத்துக் கொண்டு என் தோழனாக்கிக் கொள்ள வேண்டும் என்று.

நீ என் சகோதரர்களிலேயே ஒரு சகோதரனாய் இருக்கிறாய். ஆனால் நான் அவர்களை ஒரு பொருட்டாகக் கருதுவதில்லை. நான் என் சம்பாதனைகளை அவர்களுடன் பகிர்ந்து கொள்ளவில்லை என்பதால் அவை அனைத்தையும் உன்னிடம் பகிர்ந்து கொள்கிறேன்.

நான் என் இன்பத்திலும் துன்பத்திலும் மனிதர்களின் பக்கம் நிற்பதில்லை என்பதால் உன்பக்கம் நிற்கிறேன். நான் என் உயிரை விடுவதற்குத்தயாராகி பின்வாங்குகிறேன் என்பதால் வாழ்வின் மாக்கடலில் குதிக்கத் தவறி விடுகிறேன்.

78

புதிதாக அன்று படைக்கப்பட்டபொழுது அனைத்து விண்மீன்களும், தொன்மைச்சிறப்பு மிக்க அவர்களுடைய வானத்தில் மின்னிக் கொண்டிருந்தன. வானத்திலே கடவுளர் தங்கள் கூட்டத்தைக் கூட்டிப் பாடத்தொடங்கினர், "ஓ, என்ன ஒரு நிறைவான காட்சி! கலப்படமில்லாத மகிழ்ச்சி! அப்பொழுது திடீரென்று யாரோ அலறினார் - 'ஒளி மாலையில் ஓர் இடைவெளி, ஒரு விண்மீனைக் காணவில்லை.'

அவர்களுடைய யாழின் தங்க நாண் உடைந்தது, பெரும் அச்சத்துடன் அவர்கள் அலறினர் 'ஆமாம், தொலைந்து போன அந்த விண்மீனே மிகச் சிறந்தது. சொர்க்கத்தில் கீர்த்தி மிக்கது!'

அன்றிலிருந்து அந்த விண்மீனை இடைவிடாது தேடத் தொடங்கினர். ஒவ்வொருவராக அழத் தொடங்கினார்கள். அவளுடைய இழப்பில் இந்த உலகம் ஒரு மகிழ்ச்சியைத் தொலைத்தது.

இரவின் ஆழ்ந்த அமைதியில் மற்ற விண்மீன்கள் சிரித்தவாறே தங்களுக்குள் கிசுகிசுத்தன, 'இந்தத் தேடுதல் வீணானது! ஏனெனில் இடைவெளி இல்லாத முழுமையே எங்கும் காணப்படுகிறது!'.

79

இந்தப்பிறவியில் உன்னைக் காணும் பேறு எனக்குக் கிடைக்கவில்லை என்றால், உன் தரிசனம் கிடைக்கவில்லை என்பதை நான் எப்பொழுதும் மறக்க மாட்டேன். ஒரு கணநேரம் கூட மறக்காமல் இருக்க வேண்டும். இந்தக் கடுமையான வேதனையை நான் என் கனவிலும் விழிப்பிலும் சுமந்திருக்க வேண்டும்.

சந்தடி மிகுந்த இந்த உலகமெனும் சந்தையிலே நான் என் நாட்களைக் கழித்தாலும், என் கரங்களில் தினமும் செல்வங்கள் குவிந்தாலும், எதையும் நான் அடையவில்லை என்றே எப்பொழுதும் நினைத்துக் கொள்வேன். இந்தக் கடுமையான வேதனையை நான் என் கனவிலும் விழிப்பிலும் சுமந்திருக்க வேண்டும்.

சலிப்பாகப் பெருமூச்சுடன் நான் இந்தப்பாதையிலே அமர்ந்திருக்கும் பொழுதும், என் படுக்கையை இந்தப் புழுதியிலே விரித்து வைக்கும் பொழுதும், எனது வாழ்க்கைப் பாதை இன்னும் நீண்டு கொண்டே போகிறது என்பதை எப்பொழுதும் நினைவு கொள்ளும் பொழுதும், ஒரு கணமும் நான் அதை மறக்கக் கூடாது. இந்தக் கடுமையான வேதனையை நான் என் கனவிலும் விழிப்பிலும் சுமந்திருக்கவேண்டும்.

எனது வீட்டை அழகுபடுத்தி வைக்கும் பொழுதும், புல்லாங்குழலின் ஓசையும் மகிழ்ச்சியின் ஆரவாரமும் கூடும் பொழுதும், உன்னை என் வீட்டிற்கு அழைத்து வரவில்லை என்று எப்பொழுதும் நினைத்துக் கொள்வேன். இதை நான் ஒரு கணமும் மறக்கக் கூடாது. இந்தக் கடுமையான வேதனையை நான் என் கனவிலும் விழிப்பிலும் சுமந்திருக்க வேண்டும்.

80

உனது வானத்தில் நான் இலையுதிர் காலத்தில் எஞ்சி நிற்கும் ஒரு மேகம் போல, பயனின்றி இங்கும் அங்குமாய் அலைந்து திரிகிறேன். எனது சூரியன் என்றும் அற்புதமானதாக இருக்கிறது. உன்னுடைய ஒளியின் தீண்டுதல் என்னை உருக்கி ஆவியாக மாற்றவில்லை. அதனால் உன்னைப் பிரிந்து மாதங்களையும் வருடங்களையும் எண்ணிக்கொண்டிருக்கிறேன்.

இது தான் உன் விருப்பமென்றால், இதுதான் உன் விளையாட்டு என்றால் விரைவாகக் கடந்து செல்கின்ற இந்த வெறுமையை என்னிடமிருந்து எடுத்துக் கொள். அதைப் பலவித வண்ணங்களைக் கொண்டு தீட்டி, தங்கத்தால் மெருகிடு. விளையாட்டுத்தனமாக நகர்ந்து கொண்டிருக்கும் காற்றில் மிதந்துசென்று பல அற்புதங்களை அது பரப்பட்டும்.

இந்த விளையாட்டை முடிக்க வேண்டும் என்று நீ விரும்பினால், இரவில் நான் உருகி மறைந்து போகிறேன். வெண்மையான காலை நேரத்துப் புன் சிரிப்பில், ஒளிவு மறைவற்ற துய்மையான காற்றின் குளிர்ச்சியில் ஊடுருவிச் செல்வேன்.

81

வேலையேதும் இல்லாமல் கழித்த நாட்களிலெல்லாம், நான் இழந்துவிட்ட பொழுதை எண்ணித் துன்பப்பட்டிருக்கிறேன். ஆனால் அவை இழக்கப்படவில்லை என் இறைவனே, ஒவ்வொரு தருணமும் நீ எனது வாழ்க்கையை உன் கரங்களில் எடுத்துக் கொண்டிருக்கிறாய்.

அனைத்திலும் மையப்பொருளாய் நின்று விதைகளைத் தளிர்விடச் செய்கிறாய், மொட்டுகளை மலர்ச் செய்கிறாய், முதிர்ந்த பூக்கள் பழங்களாக மாறுகின்றன.

நான் சலிப்பாக சோம்பேறித்தனத்துடன் எனது படுக்கையில் படுத்திருந்தேன், வேலைகள் அனைத்தும் நிறுத்தப்பட்டிருக்குமோ என்று கற்பனை செய்த வண்ணம், அதிகாலை நான் கண்விழித்த போது, எனது தோட்டம் முழுவதும் அற்புதமான மலர்கள் மலர்ந்திருப்பதைக் கண்டேன்.

82

என் இறைவனே, காலம் உன் கையில் முடிவில்லாததாய் இருக்கிறது. அதன் நிமிடங்களை யாராலும் எண்ண முடியாது.

பகல் பொழுதுகளும், இரவுப் பொழுதுகளும் கடந்து போகின்றன. வருடங்கள் மலர்கின்றன. பின் மங்கிப் போகின்றன. மலர்களைப் போல, எப்படிக் காத்திருப்பதென்று உனக்குத் தெரியும்.

நூறு ஆண்டுகள் தொடர்ந்து ஆயத்தம் செய்து ஒரு சிறிய காட்டு மலரை உருவாக்குகிறாய். காலம் நம் கரங்களில் இல்லை. அதனால் நமக்குக் கிடைத்திருக்கிற வாய்ப்புகளை இறுகப் பற்றிக் கொள்ள வேண்டும். பலகாலம் வீணாகி விட்டது.

நான் உனக்குச் செலுத்த வேண்டிய, போராடி சொந்தம் கொண்டாடிய காணிக்கை அனைத்தும் முடிந்து உனது பலிபீடம் வெறுமையாக உள்ளது.

நாளின் முடிவில், உனது கதவு அடைக்கப்பட்டிருக்குமோ என்ற அச்சத்தில் விரைந்து வருகிறேன். ஆனால் நேரம் இன்னும் உள்ளது என்பதைத் தெரிந்து கொண்டேன்.

83

தாயே, என் துன்பத்தில் உருவான கண்ணீர் முத்துக்கள் கொண்டு உன் கழுத்திற்கு ஒரு மாலையை உருவாக்குவேன்.

விண்மீன்கள் ஒளியாகிய தண்டையை உன் கால்களுக்கு உருவாக்கி அழகு செய்யும். ஆனால் என்னுடைய நகை உன் மார்பின் மீது தொங்கிக் கொண்டிருக்கும்.

பொருளும் புகழும் உன்னிடமிருந்து கிடைக்கின்றன. நீ விரும்பினால் அவற்றை எனக்குத் தரலாம், அல்லது எடுத்துக் கொள்ளலாம். ஆனால் என் துயரமெல்லாம் எனக்கு மட்டுமே சொந்தமானவை, உன்னுடைய அருளுக்குக் கைமாறாக அதை உனக்குப் படைப்பேன்.

84

உன்னைப் பிரிந்ததால் ஏற்பட்ட கடும் வேதனை அனைத்துலகிலும் பரவுகிறது. எல்லையில்லாத வானத்தில் எண்ணிலடங்கா வடிவங்களை எடுக்கிறது. உன்னைப் பிரிந்ததால் ஏற்பட்ட துன்பம் இமையாத விழிகளுடன் இரவு நேர விண்மீன்களில் காத்திருக்கிறது. ஆவணி மாதத்து மழைக்கால இரவில் இலைகளினூடே வேகமாகப் பாய்ந்து செல்லும் காற்றில் இசையாக வருகிறது.

பெருகிப் பரவுகின்ற இந்த வலி, காதலிலும், பேராவலிலும், மகிழ்ச்சியிலும், துன்பத்திலும் பல பல வீடுகளில் ஆழமாய் ஊடுருவுகிறது, எனது கவிநெஞ்சின் வழியாகப் பாடல்களில் உருகி ஓடுகிறது.

85

படைத்தலைவனுடைய ஆணை மையத்திலிருந்து படைவீரர்கள் முதன்முதலில் வெளியே வந்த பொழுது அவர்களுடைய மிகப்பெரிய சக்தியை எங்கே ஒளித்து வைத்திருந்தார்கள்? அவர்களுடைய மெய்க்கவசங்களும் கேடயங்களும் எங்கே போயின?

அவர்கள் மிகவும் மோசமாக, ஆதரவற்றவர்களாக இருந்தார்கள். அவர்கள் மீது எல்லா திசைகளிலிருந்தும் அம்பு மழை பொழிந்தது, படைத்தலைவனுடைய ஆணை மையத்திலிருந்து அவர்கள் வெளியே வந்த அன்றைய தினம்.

படைவீரர்கள் படைத்தலைவனுடைய இடத்திற்குத் திரும்பி வந்த அன்று, தங்களுடைய சக்தியை எங்கே ஒளித்து வைத்திருந்தார்கள்?

தங்களுடைய வாட்களையும், வில் அம்புகளையும், கீழே போட்டார்கள். அவர்களிடம் அமைதி பூத்தது. அவர்கள் தங்கள் முழு வாழ்க்கைக்குமான வெற்றியைத் தேடினார்கள், படைத்தலைவனுடைய ஆணைமையத்திற்குத் திரும்பி வந்த அன்றையதினம்.

86

'மரணம்' என்னும் உனது பணியாள் என் வாயிலில் நிற்கிறான். அறிமுகமில்லாத கடலைக்கடந்து, உன் அழைப்பை என் இல்லத்திற்குக் கொண்டு வந்துள்ளான்.

இருள் அடர்ந்துள்ளது, என் இதயம் அச்சமடைகிறது. இருப்பினும் நான் விளக்கை எடுத்துக் கொண்டு வாயில் படியைத் திறந்து பணிவாக அவனை வணங்கி வரவேற்கிறேன். என் கதவருகில் நிற்பவன் உன் தூதுவனாவான்.

என் இதயத்தின் செல்வங்களையெல்லாம் எடுத்து அவன் பாதங்களில் வைத்து வழிபடுவேன்.

என் காலைப்பொழுதில் ஒரு கரிய நிழலை விட்டு விட்டு தான் வந்த பணியை முடித்துவிட்ட செய்தியுடன் அவன் திரும்பிப் போவான். முற்றிலும் வெறுமையான என் வீட்டில் கைவிடப்பட்ட என் உடலே எஞ்சி இருக்கும், உனக்கு என் இறுதிக் காணிக்கையாக.

87

நம்பிக்கை இழந்த நிலையில், என் அறையின் எல்லா மூலைகளிலும் நான் அவளைத் தேடிக் கொண்டிருக்கிறேன். ஆனால் அவளைக் கண்டுபிடிக்க முடியவில்லை. எனது வீடு மிகவும் சிறியது. அதிலிருந்து வெளியே சென்ற எதையும் திரும்பிப் பெற முடியாது.

ஆனால் உனது மாளிகை எல்லையயற்றது, என் இறைவனே, அவளைத் தேடிக் கொண்டு நான் உன் வாயிலுக்கு வந்திருக்கிறேன்.

உனது அந்திவானமாகிய பொன் மேலாப்பின் கீழே நான் நிற்கிறேன். ஆவல்மிகுந்த கண்களை உன் முகத்தை நோக்கி உயர்த்துகிறேன்.

எதுவுமே மறைந்து போக முடியாத, எல்லையயற்றதன் விளிம்பிற்கு நான் வந்திருக்கிறேன். என் கண்ணீரின் வழியாக நம்பிக்கை, மகிழ்ச்சி ஒரு முகத்தின் காட்சி இவை எதுவுமே தென்படவில்லை.

அந்தக்கடலிலே என் வெறுமையாகிப் போன வாழ்க்கையை அமிழ்த்திவிடு. ஆழமான முழுமைக்குள் அதை உடனே மூழ்கவை. இந்தப் பிரபஞ்சத்தில் அனைத்தின் மீதும் உள்ள என் இனிமையான கடைசித் தீண்டுதலை ஒரு முறை அனுபவிப்பேனாக.

88

பாழடைந்த கோயிலின் தெய்வமே! வீணையின் உடைந்து போன நரம்புகள் இனி உன் புகழைப் பாடா. உன் மாலை நேரவழி பாட்டு நேரத்தைக் கோயில் மணிகள் பறைசாற்றா. அசையாமல் நிற்கும் காற்று உன்னைக் குறித்து அமைதி காக்கும்.

முற்றிலும் வெறுமையாகிப் போன உன்னிடத்திற்கு சுற்றித் திரிகின்ற வசந்தகாலத் தென்றல் வரும். அது மலர்களின் செய்திகளைக் கொண்டு வரும். உன் வழிபாட்டிற்கான மலர்க் காணிக்கை இனி இல்லை.

அலைந்து திரிகின்ற உன் பக்தர்களின் வேண்டுதல் மறுக்கப் பட்டாலும் மீண்டும் உன் அருள் வேண்டி நிற்பர். மாலைப்பொழுதில், கதிரொளியும் நிழலும் கலக்கும் புழுதியின் அரையிருட்டிலே, அவன் இதயத்தில் பசியோடு சோர்வுற்று உன் பாழடைந்த கோயிலுக்குத் திரும்பி வருவான்.

பாழடைந்த கோயிலின் தெய்வமே, உனக்காகப் பல திருவிழா நாட்கள் அமைதியாக வரும். பல வழிபாட்டு இரவுகள் தீபம் ஏற்றப் படாமல் கழிந்து போகும்.

திறமை மிகுந்த கலைஞர்களால் பல புதிய சிற்பங்கள் உருவாக்கப்பட்டு பின் அவற்றின் நேரம் வரும் போது, மறதி எனும் புனித நீரோடையில் எடுத்துச் செல்லப்படுகின்றன.

பாழடைந்த கோயிலின் தெய்வம் மட்டுமே முடிவில்லாத நிராகரிப்பில் வழிபடப்படாமல் அங்கே நிலைத்திருக்கிறார்.

89

என்னிடமிருந்து இனி ஓங்கி உயர்ந்த சொற்கள் வெளிவரமாட்டா. அதுதான் என் தலைவனின் விருப்பம். எனவே இனி தணிந்த குரலிலேயே பேசுவேன். இதயம் கூறும் செய்திகளை எல்லாம் என் பாடல்களின் மெல்லிய ஓசை சுமந்து வரும்.

ஆடவர் அரசனின் அங்காடிக்கு விரைந்து செல்கின்றனர். வாங்குவோரும் விற்போரும் அங்கே இருப்பார்கள் ஆனால் இந்தப் பகல்பொழுதில் முக்கியமான வேலைகளுக்கு நடுவே நேரமில்லா நேரத்தில் நான் அங்கிருந்து வந்துவிட்டேன்.

பூக்கும் பருவம் இல்லையென்றாலும் பூக்கள் என் தோட்டத்தில் பூக்கட்டும். பகல்பொழுது வண்டுகள் தங்கள் மெல்லிய ரீங்கார ஒலியை எழுப்பட்டும்.

நன்மைக்கும் தீமைக்கும் இடையே நடந்த போராட்டத்தில் நான் பலமணி நேரம் செலவழித்தேன். ஆனால் இப்பொழுது வெறுமையான நாட்களின் விளையாட்டுத் தோழன் தன்னை நோக்கி என் இதயத்தை ஈர்ப்பதில் மகிழ்ச்சி அடைகிறான். எந்த ஒரு பயனில்லாத செயலுக்காக திடிரென்று இந்த அழைப்பு வந்தது என்று எனக்குத் தெரியவில்லை.

90

மரணம் வந்து உன் கதவைத் தட்டும் அந்தநாள் அவனுக்கு நீ என்ன பரிசு தருவாய்?

என் முழு வாழ்க்கையை உள்ளடக்கிய பாத்திரத்தை என் விருந்தாளியின் முன் எடுத்து வைப்பேன். அவனை வெறுங்கையுடன் போக விட மாட்டேன். எனது இலையுதிர் கால நாட்களிலும் இளவேனிற் கால இரவுகளிலும், நான் சேகரித்து வைத்த இனிமையான மதுவையும், நான் முயன்று பெற்றவைகளையும் எனது வாழ்க்கை முழுவதும் நான் சேகரித்து வைத்த அனைத்தையும், எனது வாழ்க்கையை முடிக்கும் அந்த நாள், மரணம் வந்து என் கதவைத் தட்டும் நேரம் அவன் முன்னர் எடுத்து வைப்பேன்.

91

ஓ எனது வாழ்க்கையின் இறுதி நிறைவேற்றமே, மரணமே, எனது மரணமே, வா வந்து என்னிடம் இரகசியமாகப் பேசு!

ஒவ்வொரு நாளும் நான் உனக்காக விழிப்புடன் இருக்கிறேன். உனக்காக என் இன்ப துன்பங்களைச் சுமந்திருக்கிறேன்.

என்னுடைய அனைத்தும், என்னுடன் இருப்பவைகளும் எனது நம்பிக்கையும், எனது அன்பும் ஆகிய அனைத்துமே, மிக ஆழமாக உன்னை நோக்கி ஓடுகின்றன. இறுதியாக உனது ஒரு பார்வை என் மீது பதியும் போது எனது வாழ்க்கை என்றைக்கும் உனக்குச் சொந்தமாகிப் போகும்.

மலர்கள் தொடுக்கப்பட்டு மண மக்களுக்கு மாலை தயாராக உள்ளது. மணம் முடிந்ததும் மணமகள் தனது வீட்டை விட்டு வந்து அவளுடைய தலைவனை இரவில் தனியாக சந்திப்பாள்.

92

அந்த நாள் வரும், இந்த உலகத்தின் காட்சி என் கண்களிலிருந்து மறையும் என்று எனக்குத் தெரியும். என் விழிகளின் மீது தன் கடைசி திரைச்சீலையை இழுத்து மூடிய வண்ணம், அமைதியாக என் வாழ்க்கை விடைபெற்றுக் கொள்ளும்.

எப்பொழுதும் போலவே, இரவில் விண்மீன்கள் விழித்திருக்கும். காலைப்பொழுது உதயமாகும். தூக்கி எறியப்படும் கடலலைகளைப் போல காலமும் மகிழ்ச்சிகளையும் வலிகளையும் சிதறி விட்டுப் போகும்.

என் இறுதி நொடிப்பொழுதுகளைப் பற்றி நான் நினைக்கும் பொழுது. அந்தப் பொழுதுகளின் தடைகள் உடைகின்றன. கவனிக்கப்படாத செல்வங்களை உடைய உன் உலகை மரணத்தின் ஒளியின் மூலம் காண்கிறேன். அங்கே ஏழ்மையான நிலையைக் காண்பது அரிது, இழிவான வாழ்க்கையைக் காண்பதும் அரிது.

துன்பப்பட்ட தருணங்களில்நான் அடைய ஆசைப்பட்ட பொருள்களும் நான் அடைந்த பொருள்களும் எல்லாம் கடந்து போகட்டும். என்றும் நான் வெறுத்து ஒதுக்கிய, கவனிக்கத் தவறிய பொருட்களை நிச்சயமாக என் உடைமையாகப் பெற்றிருப்பேனாக.

    93

நான் விடைபெறும் நேரம் வந்துவிட்டது, என் சகோதரர்களே! என்னை வழியனுப்புங்கள்! உங்கள் அனைவரையும் வணங்கி எனது பயணத்தைத் தொடங்குகிறேன்.

எனது வீட்டின் சாவியை நான் திரும்ப ஒப்படைக்கிறேன். அந்த வீட்டின் மீது இருந்த எல்லா உரிமைகளையும் விட்டு விடுகிறேன். கடைசியாக உங்களிடமிருந்து கனிவான சொற்களை மட்டும் வேண்டுகிறேன்.

நெடுங்காலமாக நாம் அண்டை வீட்டுக்காரர்களாக இருந்திருக்கிறோம். நான் உங்களுக்குக் கொடுத்ததை விட அதிகமாக உங்களிடமிருந்து பெற்றிருக்கிறேன். இப்பொழுது வைகறைப் பொழுது தொடங்குகிறது. எனது இருண்ட மூலையில் எரிந்து கொண்டிருந்த விளக்கு அணைந்து விட்டது. அழைப்பு வந்து விட்டது. எனது பயணத்திற்கு நான் தயாராகி விட்டேன்.

94

நான் விடைபெறும் அந்த நேரம், எனது நண்பர்களே எனக்காக மகிழ்ச்சியாக அனைவரும் பாட்டிசையுங்கள்! நாணத்தால் வைகறை சிவந்ததால் வானமும் சிவந்து போனது, எனது பாதை மிகவும் அழகாக இருக்கிறது.

அங்கே நான் எதை எடுத்துச் செல்கிறேன் என்று கேட்காதீர்கள். வெறுங்கையுடனும், இதயத்தில் நம்பிக்கையுடனும் எனது பயணத்தைத் தொடங்குகிறேன்.

எனது மண மாலையை அணிந்து கொள்வேன். என்னுடைய உடை ஒரு வழிப் போக்கனுடைய மங்கலான உடையாக இருக்காது. வழியில் ஆபத்துக்களைச் சந்திக்க நேர்ந்தாலும் என் மனதில் அச்சம் தோன்றாது.

எனது பயணம் முடியும் போது மாலை நேர விண்மீன் உதயமாகும். அரசனுடைய மாளிகை வாசலில் அந்தி நேர மங்கலான ஒளியில் அந்த சோகமான இசை எழும்பும்.

95

இந்த வாழ்க்கையின் நுழைவாயிலை நான் முதன் முதலாகக் கடந்து வந்த அந்த விநாடி எனக்கு ஒன்றும் புரியவில்லை.

நடு இரவில் காட்டில் இருக்கும் ஒரு மலர் மொட்டைப் போல, எந்த சக்தி என்னை இந்தப் புதிருக்குள் கொண்டு வந்து சேர்த்தது?

காலையில் நான் வெளிச்சத்தைப் பார்த்த பொழுது அந்த ஒரு விநாடியில் புரிந்து போனது நான் இந்த உலகத்திற்கு ஓர் அந்நியனல்ல, என்று, பெயரோ உருவமோ இல்லாத, புரிந்து கொள்ள முடியாத ஒரு சக்தி என்னை ஏந்திக் கொண்டிருக்கிறது என் அன்னையின் உருவத்தில்.

அது போலவே அறிமுகமில்லாத அது என்றும் என்னை நன்கு தெரிந்தது போல் மரணத்திலும் வந்துநிற்கும். நான் இந்த வாழ்க்கையை நேசிக்கிறேன் என்றால் மரணத்தையும் நேசிப்பேன் என்று எனக்குத் தெரியும்.

அன்னையின் வலது மார்பில் பால் குடிக்கும் குழந்தை திடீரென்று அந்த அரவணைப்பை இழக்கும் போது அழுது ஓலமிடுகிறது. மீண்டும் அன்னை தன் இடது மார்பில் சேர்த்துக் கொள்ளும் போது ஆறுதலடைகிறது.

96

நான் இங்கிருந்து போகும் போது இதுவே எனது இறுதிச் சொல்லாக இருக்கட்டும். நான் கண்டவை அனைத்தும் நிகரில்லாதவை என்று. ஒளிக்கடலின் மீது மலர்கின்ற அந்தத் தாமரைப் பூவில் ஒளிந்திருக்கும் அந்தத் தேனை நான் சுவைத்ததால் நற்பேறு பெற்றிருக்கிறேன். இதுவே எனது இறுதிச் சொல்லாக இருக்கட்டும்.

பல வடிவங்களை உடைய இந்த உலகமெனும் விளையாட்டு மேடையில் நானும் எனது விளையாட்டை விளையாடினேன். உருவமில்லா அவனது தோற்றத்தைக் கண்டேன்.

தொடுதலுக்கு அப்பாற்பட்ட அவன் தொட்ட பொழுது என் உடல் முழுவதும் சிலிர்த்தது. இப்பொழுது அந்த முடிவு வரும் என்றால் வந்து விட்டுப் போகட்டும். இதுவே எனது இறுதிச் சொல்லாகஇருக்கட்டும்.

97

என் விளையாட்டு உன்னுடனாக இருந்த போது நீயாரென்று கேட்டதில்லை. எனக்கு நாணமென்னவென்றும் தெரியாது, அச்சமென்ன வென்றும் தெரியாது. எனது வாழ்க்கை ஆரவாரமிக்கதாய் இருந்தது.

அதிகாலைப் பொழுதில் என்னை உறக்கத்திலிருந்து எழுப்பியிருக்கிறாய். நீ என் நெருங்கிய தோழன் போல காட்டின் ஊடே இருக்கும் திறந்த வெளிகளில் நான் உன் பின்னே ஓடியிருக்கிறேன்.

அந்த நாட்களில் எல்லாம் நீ எனக்காகப் பாடிய பாடல்களின் பொருளை அறிந்து கொள்ள ஆர்வம் காட்டவில்லை, அந்த ராகத்தை என் குரல் இசைத்தது. அதன் ஏற்ற இறக்கங்களுக்கேற்ப என் இதயம் களி நடம் புரிந்தது.

இப்பொழுது அந்த விளையாட்டு முடிந்து போனது. இதென்ன திடிரென்று நான் காணும் காட்சி? அமைதியாகிப் போன விண்மீன்களுடன் இந்த உலகம் கண்களைத் தாழ்த்தி உன் பாதங்களைப் பார்த்தவாறு பயபக்தியுடன் நிற்கிறது.

98

நான் என் தோல்வியின் பதக்கங்களையும் மாலைகளையும் உன் கழுத்தில் அணிவிப்பேன். நான் ஒரு நாளும் வெற்றி பெறும் வல்லமை பெற்றவனல்ல. நிச்சயமாக என் செருக்கு மதில் மேல் மோதிக் கொள்ளும், மிகுந்த வலியுடன் என் உயிர் தெரித்துச் சிதறிவிடும். என் வெறிச்சோடிய இதயம் விம்மி விம்மிக் கதறி அழும் ஓசை உட்புழையுடைய குழலிலிருந்து வரும் அவல இசையாக வெளி வரும். கல்லும் கண்ணீரில் கரையும்.

தாமரைப் பூவில் ஒரு நூறு இதழ்களும் நிரந்தரமாக மூடியபடி இருந்தாலும், அதன் ரகசிய அந்தரங்கத்தில் இருக்கும் தேன் வெளியே வழிந்தோடத் தான் செய்யும் என்பது எனக்கு நன்றாகத் தெரியும். நீல வானத்திலிருந்து ஒரு கண் என்னைப் பார்த்து மெளனமாக திறந்தவெளியில் வரச் சொல்லி அழைக்கும். எனக்காக ஒன்றுமே எஞ்சி இருக்காது ஒன்றும் இருக்காது. உன் கால்களில் வீழ்ந்து நான் முழுமையான மரணத்தைப் பெற்றுக் கொள்வேன்.

99

திசை திருப்பும் சுக்கானை நான் கை விட்டேன் என்றால் நீ அதை எடுத்துக் கொள்ளும் நேரம் வந்து விடும் என்று எனக்குத் தெரியும். என்ன செய்ய வேண்டுமோ அது செய்து முடிக்கப்படும். இது பயனில்லாத போராட்டம்.

உனது தோல்வியை தூர வைத்து விட்டு, கரங்களை சுக்கானிலிருந்து எடுத்து அமைதியாக உட்கார்ந்திரு. என் இதயமே, நீ எங்கே அமர்த்தப்பட்டாயோ அங்கேயே அமர்ந்திரு உன் நல்விதியை நினைத்து.

ஒவ்வொரு முறை மூச்சுக் காற்றுபடும் போதும் இந்த விளக்குகள் அணைந்து விடுகின்றன. அவற்றை மீண்டும் மீண்டும் ஏற்ற முயற்சி செய்கிறேன், மற்றவைகளையெல்லாம் மறந்து போகிறேன்.

ஆனால் இந்த முறை மதி நுட்பத்துடன் இருளிலேயே காத்திருப்பேன், எனது பாயைத் தரையில் விரித்து வைத்து. எப்பொழுது நீ விரும்புகிறாயோ, என் இறைவனே, அப்பொழுது நீ அமைதியாக வந்து இங்கே உன் இடத்தில் அமர்ந்து கொள்.

100

குற்றங்குறைகளில்லாத முத்தை அடைவதற்காக பொருள்கள் அடங்கிய கடலின் உள்ளே மூழ்குகிறேன்.

காற்றிலும் மழையிலும் பழுதாகிப் போன என் படகை வைத்துக் கொண்டு ஒவ்வொரு படித் துறையாய் இனி மேலும் என்னால் பயணம் செய்ய முடியாது. நீண்ட காலம் என் படகை அலைகள் கடுமையாகத் தாக்கி வீசி எறிந்து விளையாடிவிட்டன.

இப்பொழுது பேரின்பத்தின் ஆழத்தில் என்னை மறந்து, மரணமில்லாகக் கடலில் மூழ்கி இறந்து விட ஆசைப்படுகிறேன்.

ஆழம் காண முடியாத ஆழத்தில் உள்ள மக்கள் அரங்கத்தில் இனி மேலும் கேட்க முடியாத பாடலின் இசையை எழுப்பும் எனது வாழ்க்கையாகிய இந்த யாழைக் கொண்டு செல்வேன்.

அந்தப் பாடலின் இசையில் என்றும் என்னைப் பிணைத்துக் கொள்வேன். அது தன் கடைசிச் சொல்லை அழுத படியே கூறும் பொழுது, அமைதியாக வீற்றிருக்கும் அவன் பாதங்களில் ஓசை இழந்த எனது யாழை வைப்பேன்.

101

என் வாழ்க்கையில் என்றும் எனது பாடல்களின் மூலம் நான் உன்னைத் தேடினேன். அவை என்னை ஒவ்வொரு இடமாக அழைத்து சென்றன. அவற்றின் மூலம் என்னை நான் உணர்ந்தேன். எனது உலகம் முழுவதையும் மென்மையாகத் தடவித் தொட்டுணர்ந்தேன்.

எனது பாடல்களே எனக்குப் பலவற்றையும் கற்றுக் கொடுத்தன. ரகசிய வழிகளைக் காட்டிக் கொடுத்தன. என் இதயமெனும் தொடு வானத்தில் பல விண்மீன்களை என் அறிவு வரம்பிற்குள் கொண்டு வந்து சேர்த்தன.

மகிழ்ச்சியும் துன்பமும் நிறைந்த பல நிலங்களில் அவை என்னை நாள் முழுவதும் வழி நடத்திச் சென்றன. இறுதியாக அம்மாலைப் பொழுதில் பயணம் முடியும் பொழுது எந்த அரண்மனை வாசலில் என்னைக் கொண்டு போய்ச் சேர்க்கும்?

102

உன்னை எனக்குத் தெரியும் என்று மக்களிடம் பெருமையாகக் கூறிக் கொண்டேன். நான் வரைந்த அத்தனை ஓவியங்களிலும் அவர்கள் உன்னைப் பார்க்கிறார்கள். என்னிடம் அவர்கள் வந்து கேட்கிறார்கள், "அது யார்?" அவர்களுக்கு எப்படி பதில் சொல்வது என்று எனக்குத் தெரியவில்லை. நான் சொல்கிறேன், "நிச்சயமாக, நான் சொல்ல மாட்டேன்", அவர்கள் என் மீது குற்றஞ்சாட்டி விட்டு சென்று விடுகிறார்கள். அங்கே நீ சிரித்தவாறு அமர்ந்திருக்கிறாய்.

நிலைத்து நிற்கின்ற பாடல்களில் உன்னைப் பற்றிய கதைகளை எழுதுகிறேன். என் இதயத்திலிருந்து ரகசியம் திடீரெனப் பொங்கிப் பாய்கிறது. அவர்கள் என்னிடம் வந்து கேட்கிறார்கள், "அதில் பொதிந்துள்ள பொருள்களையெல்லாம் சொல்". அவர்களுக்கு எப்படி பதிலுரைப்பது என்று எனக்குத் தெரியவில்லை. நான் சொல்கிறேன், "ஓ! யாருக்குத் தெரியும் அதன் பொருள் என்னவென்று!" அவர்கள் மிகுந்த ஏளனத்துடன் சிரித்து விட்டுச் சென்று விட்டார்கள். நீ அங்கே சிரித்தவாறு அமர்ந்திருக்கிறாய்.

103

உன்னை வணங்கும் ஒரு வணக்கத்தில் இறைவனே, என் உணர்வுகள் அனைத்தும் விரிந்து உன்னுடைய பாதங்களின் வழியே இந்த உலகைத் தொட்டும்.

நீரைப் பொழியாது சுமந்திருக்கும் ஆவணி மாதத்துக் கனமான மழை மேகம் போல, என் மனமும் குனிந்து உன் பாதங்களை வணங்கட்டும், ஒரு வணக்கத்துடன் இறைவனே.

தனித்தனி நீரோடைகளான எனது பாடல்கள் எல்லாம் ஒன்று சேர்ந்து, வேகமாக ஓடும் நீரோடையாக மாறி அமைதிக் கடலில் கலக்கட்டும் இறைவனே ஒரு வணக்கத்துடன்.

வீட்டு நினைவால் ஏங்கும் அன்னப் பறவைகள் இரவும் பகலும் பறந்து மலைகளில் உள்ள தங்கள் கூடுகளுக்குத் திரும்புவது போல, எனது வாழ்க்கையும் தனது நிலையான வீட்டை நோக்கிப் பயணம் செய்கிறது இறைவனே, ஒரு வணக்கத்துடன்.